இரத்தம் கொதிக்கும் போது

மொழியாக்கக் கவிதைகள்

எஸ்.வி.ராஜதுரை

இரத்தம் கொதிக்கும் போது	:	கவிதைகள்
மொழியாக்கக் கவிதைகள்	:	எஸ்.வி.ராஜதுரை
	:	© ஆசிரியருக்கு
முதற்பதிப்பு	:	டிசம்பர் 2021
அட்டை வடிவமைப்பு	:	பி.எஸ்.வம்சி
வெளியீடு	:	வம்சி புக்ஸ்
		19, டி.எம்.சாரோன்,
		திருவண்ணாமலை - 606 601
		9445870995, 04175 - 235806
அச்சாக்கம்	:	மணி ஆப்செட், சென்னை - 600 077
விலை	:	₹ 100/-
ISBN	:	978-93-93725-22-6

Ratham Kothikum Pothu	:	Poems
Translated Poems	:	S.V.Rajadurai
	:	© Author
First Edition	:	December- 2021
Wrapper Design	:	B.S. Vamsi
Published by	:	Vamsi books
		19.D.M.Saron,
		Tiruvannamalai - 606 601
		9445870995, 04175 - 235806
Printed by	:	Mani Offset, Chennai - 600 077
	:	₹ 100/-
ISBN	:	978-93-93725-22-6

www.vamsibooks.com - e-mail: kvshylajatvm@gmail.com

முனைவர் சி. லட்சுமணன், மருத்துவர் பழனிவேல் ராஜா, அரசூர் எஸ்.சிவா, திரைப்பட இயக்குநர்கள் அதியன் ஆதிரை, எஸ். ஜெயகுமார், தவமுதல்வன் ஆகியோருக்கு இந்த சிறு காணிக்கை.

முன்னுரை

சிந்துபாதின் முதுகின் மேல் ஏறிக்கொண்டு கீழே இறங்க மறுத்த கிழவன் போல, இரண்டாண்டுக் காலம் என்னை விடாமல் வாட்டி வதைக்கும் நோய்க்கு ஆங்கில மருத்துவம் பயன்படாத நிலையில், திரைப்பட இயக்குநரும் அன்பு நண்பருமான மிஷ்கினின் விருப்பத்தின்படி, இந்த ஆண்டு தொடக்கத்தில் திருவண்ணாமலைக்கு அழைத்துச் சென்று ஒரு மாத காலம் என்னையும் என் துணைவியாரையும் தங்கள் பண்ணை வீட்டில் தங்க வைத்து, மாற்று மருத்துவத்திற்கும் ஏற்பாடு செய்தனர் பவா செல்லதுரை-ஷைலஜா இணையர். இந்த நோயைக் குணப்படுத்துவதற்கு உலகில் எந்த மருத்துவமும் இல்லை என்றாலும் அவர்களும், அவர்களின் அன்புச் செல்வங்கள் மானசியும் வம்சியும், ஷைலாஜாவின் தமக்கை ஜெயஸ்ரீயும் வாரி வழங்கிய அன்பையும் பாசத்தையும் விருந்தோம்பலையும் அனுபவித்து மகிழ்ந்தோம்.

அச்சமயம் பவா செல்லதுரை ஏற்பாடு செய்திருந்த ஒரு நிகழ்ச்சியின்போது மொழிபெயர்ப்பாளர் ஆரணி ஜி.குப்புசாமி, சித்த மருத்துவர் அரியலூர் மனோகரன் ஆகியோரையும், வேறு சந்தர்ப்பங்களில் 'உலகம் சுற்றும் வாலிபன்' என்று என்னால் செல்லப்பெயரிடப்பட்ட, இளம் திரைப்பட இயக்குநர் ஜெய்குமார் சேதுராமன், கணேஷ் சுப்புராஜ் போன்ற, கலை-இலக்கிய ஆர்வம் கொண்ட இளைஞர்களையும் சந்திக்கவும் பவாவின் வாகன ஓட்டுநன் ரமேஷின் சேட்டைகளைக் கண்டு மகிழவும் வாய்ப்புப் பெற்றோம்.

பவா, ஷைலஜா, மானசி, வம்சி, ஜெயஸ்ரீ ஆகியோரின் அன்பும் பாசமும் நோயினால் துவண்டு போயிருந்த என் மனோதிடத்தை

வலுப்படுத்த உதவி, என்னாலேயே நம்ப முடியாத அளவிற்கு என் எழுத்துப் பணியையும் வாசிப்புகளையும் ஊக்குவித்தன.

அதன் விளைவாக, அவர்களுக்கு நன்றிகூறும் முகமாக, இந்த மொழியாக்கக் கவிதைகளின் தொகுப்பு.

இம்மொழியாக்கக் கவிதைகளில் பல, 'உயிர் எழுத்து', 'ஏகலைவன்' ஏடுகளில் வெளிவந்தன. இவற்றில் பெரும்பாலானவை என் அருமைத் தோழர் வ.கீதாவால் சரிபார்க்கப்பட்டு மெருகூட்டப்பட்டவை. எனினும், இத்தொகுப்புக்காக எல்லா மொழியாக்கக் கவிதைகளிலும் சிறு திருத்தங்களைச் செய்துள்ளேன். இந்த மொழியாக்கக் கவிதைகளில் உள்ள அடிக்குறிப்புகள் யாவும்- 'இரத்தம் கொதிக்கும் போது' கவிதையில் மற்றவர்களின் அடிக்குறிப்புகள் எனக் குறிப்பிடப்பட்டவை தவிர- என்னால் எழுதப்பட்டவை.

இந்தச் சிறுநூலை அழகிய வடிவமைப்பில் கொண்டு வரும் 'வம்சி' வெளியீட்டகத்தாருக்கு என் நன்றி.

எஸ்.வி.ராஜதுரை
18.12.2021
கோத்தகிரி

என் வில்லும் அம்பும்

மர்ஷால் ஹெம்ப்ரோம் ✦

இந்த நிலம்
குளம்
பண்ணை
நான் கட்டிய வீடு
எல்லாம் உண்மையில் என்னுடையவை அல்ல
என்று நீ கூச்சலிடுகிறாய்
இவையனைத்தையும் உடனடியாகக் கைவிட்டு
அறியாத இடமொன்றுக்கு நான் போய்விட வேண்டுமென்று
நீ கோபத்துடன் கட்டளையிடுகிறாய்
கொடிகளுக்கும் மரங்களுக்கும்
இராச்சியமாக இருந்த
யாரும் வசிக்காத
அடர்ந்த காடாக இருந்தது
இந்த இடம்
உடலுழைப்பைக் கொண்டு

காடு திருத்தி

வாழ்வதற்கான ஒரு வீட்டைக் கட்டினேன்

மகிழ்ச்சியான ஓர் இல்லத்தை

இந்த நிலமும் குளமும் பண்ணையும் வீடும்

என்னுடையவை அல்ல

என்று நீ இப்போது கூறுவேயானால்

எனது வில்லையும் அம்பையும் எடுப்பதைத் தவிர

எனக்கு வேறு வழியில்லை.

✸ மார்ஷால் ஹெம்ப்ரோம் (Marshal Hembrom), சந்தால் பழங்குடி மக்களைச் சேர்ந்த கவிஞர். இவர் வங்க மொழியில் எழுதிய கவிதையின் ஆங்கில மொழியாக்கத்திற்கு: Marshal Hembrom, My Bow and Arrow, Scroll.in, *https://scroll.in/article/948380/the&art&of& resistance & why & should & we&not& try & just & once & six & poems & of & protest*

உனக்கு, எனக்கு, நமக்கு

நபருன் பட்டாச்சாரியா ✦

மன்னிப்புக் கேட்டு உன்னால் கெஞ்ச முடியும்
அழுதுகொண்டே உன் தலையைத்
தரையில் முட்டிக் கொள்ள முடியும்
இனி ஒருபோதும் தீரமிக்கவனாக இருக்க மாட்டேன் என்று
பிரமாணப் பத்திரத்தில் கையெழுத்திட முடியும்
அல்லது மருத்துவமனைப் படுக்கையைத்
தேர்ந்தெடுத்துக் கொள்ள முடியும்
அல்லது பகல் நேரத்தில்
இரத்த வாந்தி எடுக்க முடியும்
நீ எதைத் தேர்ந்தெடுத்தாலும்
நிறுவனம் உன் முதுகில்
பழுக்கக் காய்ச்சிய இரும்புத் துண்டால்
அடையாளக் குறியிடும்
என் முதுகிலும்கூட சாவின் எண்
சித்திரவதை முகாமிலுள்ளவர்களைப் போல
நாம் காட்சியளிக்கிறோம்

வெறும் கண்ணுக்கு
முள்வேலி தெரிவதில்லை என்றாலும்
சிலர் எண்களை மந்திரம் போல் செபிக்கிறார்கள்
அந்த செபத்தை யாராலும்
கேட்கமுடியாது என்றாலும்
என்ன செய்ய வேண்டும் என்பதை
ஒவ்வொருவரும் பரிசீலிக்க வேண்டும்
சிலுவை போன்ற நிழலை
கிளைகள் விரிக்கின்றன
எங்கு சிலுவை உள்ளதோ அங்கு மக்கள்
அதில் அவர்களின் கைகளிலும் கால்களிலும்
ஆணிகளை அறைவதற்காக சிலர்
எல்லாமே தவிர்க்கமுடியாததாக
முன்னரே முடிவு செய்யப்பட்டுவிட்டதாக
தடுக்க முடியாததாக இருப்பதால்
அப்படியானால்
நாம் ஏன் ஒரு முறை அலறக்கூடாது
விடுதலை பெற்றவர்களாக, தளையற்றவர்களாக,
சுதந்திரமானவர்களாக இருக்க
ஏன் ஒருமுறையாவது முயலக் கூடாது
செய்வதற்கு வேறு என்ன இருக்கிறது
உங்களுக்கும், எனக்கும், நமக்கும்
நாட்டு மக்களே?

எஸ்.வி.ராஜதுரை

❋ நபருன் பட்டாச்சார்யா (Nabarun Bhattacharya), வங்கக் கவிஞர்.

இக்கவிதையின் ஆங்கில மொழியாக்கத்திற்கு:

Scroll.in, *https://scroll.in/article/948380/the&art & of & resistance & why & should & we &not & try & just & once & six & poems &of & protest*

சிறைக் காவலருக்கு ஓர் எழுச்சிப் பாடல்

ஜி.என்.சாய்பாபா ✦

எனது ஆயுள் தண்டனைக் கூண்டிற்குள்
பெரிய சாவிக் கொத்தொன்றைத் தட்டி
ஓசை எழுப்பியவாறு
காலை வணக்கம் என்னும் தழுவலுடன்
அதிகாலைக் கனவுகளிலிருந்து
என்னை விழித்தெழ வைக்கிறார் அவர்
புன்னகையுடனும் சிரிப்புடனும்.

தலையில் கருநீல நேரு தொப்பி
மேலிருந்து கீழ் வரை மூர்க்கத்தனமான
காக்கி உடைகள்
இடுப்பைச் சுற்றிப் பாம்பு போல்
வளைந்தோடும் கருப்பு பெல்ட்
தூக்கம் கலையாமல், பாதி திறந்திருக்கும்
என் கண்களுக்கு முன் நிற்கிறார்,
தடுமாறுகிறார்

எஸ்.வி.ராஜதுரை

நரகத்தின் வாயில்களைக்
காத்துக் கொண்டிருக்கும் பேயைப் போல.

பகைவனின் இராணுவத்திலிருந்து வரும்
ஓர் ஆவியைப் போன்ற தோற்றம்
ஆனால் வாஞ்சையுள்ள புன்னகை,
நட்பு நிறைந்த முகம்
நாள் விடிந்ததும்
அன்று உயிருடன் இருப்பவர் யார்,
இறந்து போனவர்கள் யார் என்பதை
சோதித்துக் கொண்டும்
உயிரோடு இருப்பவர்களை
எண்ணிக் கொண்டும்.

வலியையோ எரிச்சலையோ
வெளிப்படுத்தாமல்
ஒவ்வொரு நாளும் ஆயிரம் முறை
இரும்புக் கதவுகளின் பூட்டுகளைத்
திறக்கிறார், மூடுகிறார்.
சோர்வடையாத தமது சேவைகளுக்காக
இனாமையோ சலுகைகளையோ
கேட்பதில்லை.
நோய்வாய்ப்பட்டு

பிரக்ஞையற்ற நிலையில்
நான் இருக்கும் போது
கைதிகளைப் பார்க்க வராத
மருத்துவரைத்
தனது ஒயர்லெஸ் கருவி மூலம்
பொறுமையுடன்
திரும்பத் திரும்ப அழைக்கிறார்.

சங்கிலிகளால் பிணைக்கப்பட்டுள்ள
சோகம் சிறைந்த ஆன்மாக்களின்
குற்றத்தையோ களங்கமின்மையையோ
ஒருபோதும் பொருட்படுத்தாமல்
அவர்களுக்குப் பொறுமையுடனும்
கருணையுடனும் செவிமடுத்துக் கொண்டே
தனது சோகக் கதைகளை மூடிமறைக்கின்றார்.
நாங்கள் சொல்வதைக் கேட்கிறார்
விவாதிக்கிறார்
அதிகாரத்திலுள்ள தீய சக்திகளை
வெறுப்புடன் சபிக்கிறார்
பெரிய அதிகாரிகள் தங்கள்
அலுவலகங்களுக்குச் சென்ற பிறகு
புருவங்களைச் சுளிக்கிறார்.

கண்காணிக்கும் தமது கழுகுக் கண்களுடன்
இரவு நெடுக
பேய்த்தனமான அரசின் இருண்ட படிக்கட்டுகளில்
கனத்த அடியெடுத்து ஏறி இறங்குகிறார்.

நமது சமூக அவலத்தின்
மிக ஆழமான கிணற்றிலிருந்து வருகிறவர் அவர்.
சிறை வாயில்களுக்கு வெளியே
வாடிக் கொண்டிருக்கும்
அவரது நேசத்துக்குரியவர்களைக் கவனிக்க
அவருக்கு நேரம் இல்லை
நான்கு சுவர்களுக்கும்
மூடிய வாயில்களுக்கும் பின்னால்
கடமைகளுக்குச் சிறைப்பட்டிருக்கும்
அவருமே
தமது ஆயுள் காலத்தை
ஓர் அற்பத் தொகைக்காக
சிறையில் கழிக்கின்றார்.
சபிக்கப்பட்ட ஆன்மாக்கள்
வருகின்றனர், செல்கின்றனர்
ஆனால் அவரோ நிரந்தரமான கைதி
அவருக்கு விடுமுறைகளோ
புனித நாள்களோ,

வார இறுதி விடுப்புகளோ இல்லை
அவர் கன்னிகாஸ்திரீ
செவிலி
பாதிரி
பக்தி சிரத்தை கொண்ட
பொறுமையின் விடாமுயற்சி.

எனது கூண்டின் கிராதிகளுடன்
நிரந்தரமாய்
ஒட்டிக் கொண்டிருக்கும் அவர்
ஓய்வொழிச்சலில்லாத அடிமை
நண்பர், ஒன்றுவிட்ட சகோதரர், தோழர்
எனது வாழ்க்கையின் வாக்கியத்தின்,
சொற்றொடர்களின்,
வார்த்தைகளின்,
அசைகளின் காவலர்.

✦ டெல்லிப் பல்கலைக் கழக ஆங்கிலத் துறைப் பேராசிரியராக இருந்த முனைவர் ஜி.என்.சாய்பாபா, தடைசெய்யப்பட்ட மாவோயிஸ்ட் இயக்கத்துடன் சேர்ந்து இந்திய அரசுக்கு எதிராகப் போர் புரிந்ததாகக் குற்றம் சாட்டப்பட்டு, மகாராஷ்டிராவிலுள்ள கட்சிரோலி மாவட்ட நீதிமன்றத்தால் ஆயுள் தண்டனை விதிக்கப்பட்டு நாக்பூர் மத்திய சிறையில் அடைக்கப்பட்டுள்ளார். செயலிழந்த கால்களைக் கொண்ட மாற்றுத் திறனாளியான அவர் வாழ்க்கையின்

பெரும்பகுதியை சக்கர நாற்காலியின் உதவியுடனே கழித்திருக்கிறார். விசாரணைக் கைதியாக இருந்தபோது, சக்கர நாற்காலியோ உதவியாளரோ வழங்கப்படாத அவல நிலைக்கு உள்ளான அவர், பல நாள்கள் கழிப்பறைக்குக்கூட ஊர்ந்தே சென்றிருக்கிறார். இந்தியாவிலும் உலகின் பிற நாடுகளிலுமுள்ள அறிஞர்கள், மனித உரிமை ஆர்வலர்கள் ஆகியோரின் தலையீடுகள், அவர் சிறிதுகாலம் பிணையில் வெளிவர உதவிய போதிலும், அவரது சிறைத்தண்டனையைத் தடுத்து நிறுத்த முடியவில்லை. அவருக்காக வழக்காடிய வழக்குரைஞரும் மனித உரிமைச் செயல்பாட்டாளருமான சுரேந்திர காட்லிங், மகாராஷ்ட்ராவின் பீம்கோர்காவனில் 31.12.2017இல் நடந்த தலித் மாநாட்டை அடுத்து நடந்த வன்முறையில் தொடர்புடையவர் என்னும் குற்றச்சாட்டின் பேரில் கைது செய்யப்பட்டு சிறையில் அடைக்கப்பட்டுள்ளார். அரசு யந்திரத்தாலோ, சிறை அதிகாரிகளாலோ சிறு விரிசலைக்கூட உருவாக்கமுடியாத நெஞ்சுறுதி கொண்டவர் என்று வர்ணிக்கப்படும் முனைவர் ஜி.என்.சாய்பாபாவின் ஆழ்ந்த மனிதநேயத்துக்கும் கருணை உள்ளத்திற்கும் சான்றாக இருப்பது அவர் எழுதிய ஆங்கிலக் கவிதை.

இக்கவிதையின் ஆங்கில மூலத்திற்கு: G.N.Saibaba, Challenging the Consensus, From "RAITOT", 12.09.2018 *http://raiot.in/author/saibaba/*

மாலை நேரக் கவிதை

சோமர் சென் *

சாம்பல் பூத்த மாலையில் வெளியே செல்கிறேன்
காற்றில் மலர்களின் மணம், ஒப்பாரி சத்தம்
தரிசு நிலமான சாம்பல் பூத்த மாலையின்
கடுமையான தனிமைக்குள் செல்கிறேன்
காற்றில் மலர்களின் மணம், ஒப்பாரி சத்தம்
சூழும் இருளில்
மின்னலைப் போல
நீண்ட, வேகமான இரயில் என்னைக் கடந்து செல்கிறது
அதன் சக்கரங்கள் கடகடவென, பளுவானவையாக
இருளைப் போல் அடர்த்தியாய், அழகாய்
நான் பார்த்து நிற்கிறேன், என்னையே இழந்து
ஒப்பாரி சத்தத்தைக் கேட்டவாறு
மென்மையான சுகந்தக் காற்றில்
நீண்ட தண்டவாளங்கள், கருஞ்சாம்பல் நிறமாய்
பாம்பைப் போல வழுவழுவென
சிலிர்த்தவாறு
தொலைவில் எளிமையான ஏதோவொன்று

சன்னமாக முனகுகிறது
ஆனால் சத்தங்களோ கனமானவையாக
கடினமானவையாக
காற்றில் மலர்களின் மணம், ஒப்பாரி சத்தம்.

✦ இந்தியாவில் அனைத்துவகையான இடதுசாரிச்சிந்தனையாளர்களுக்கும் இடம் கொடுத்துவந்த, உலகப் புகழ்பெற்ற 'Frontier' வாரஏட்டைத் தொடங்கி இறக்கும் வரை அதன் ஆசிரியராக இருந்தவர் சோமர் சென் (Samar Sen [1916-1987]). அதற்கு முன்பு அவரை ஆசிரியராகக் கொண்டு நடத்தப்பட்ட 'Now' என்ற ஏட்டிலும்கூட உலகப் புகழ்பெற்ற பொருளியலாளர் ஜோன் ராபின்சன், திரைப்பட மேதை சத்யஜித் ரே, நாடக-திரைப்பட நடிகர் உத்பால் தத் போன்றோரின் படைப்புகள் வெளியிடப்பட்டன. மாஸ்கோவில் ஐந்தாண்டுகள் வசித்து சோவியத் இலக்கியப் படைப்புகள் பலவற்றை வங்காளியில் மொழியாக்கம் செய்துவந்த சோமர் சென், சோவியத் யூனியனில் இருந்தது 'அதிகாரிவர்க்க கம்யூனிசம்' என்ற முடிவுக்கு வந்து, அங்கிருந்து திரும்பி வந்தார். அவர்தான் வங்கக் கவிதை உலகில் ரவீந்திரநாத் தாகூரின் மரபை மீறி, நவீனத்துவக் கவிதை பாணியைக் கொண்டு வந்தவர். நகர்ப்புற வாழ்க்கையின் நசிவுத்தன்மை, அது ஏற்படுத்தும் ஏமாற்ற உணர்வு ஆகியவற்றைத் தன் கவிதைகளில் வெளிப்படுத்திய அவர், பின்னாளில் சமூக, அரசியல் கடப்பாடுகளுக்கு முதன்மை தரத் தொடங்கி கவிதை எழுதுவதை நிறுத்திக் கொண்டார்.

இக்கவிதையின் ஆங்கில மொழியாக்கம்: Samer Sen, An Evening Air, from "All Poetry', *https://allpoetry.com/Samar&Sen*

ஓ, நிர்வாண அரசனே!

பருல் கக்கர்[1]

கவலைப்படாதே, பிணங்கள் ஒரே குரலில் சொல்கின்றன
ஓ அரசனே, உன் ராம ராஜ்யத்தில்
கங்கையில் உடல்கள் மிதப்பதைப் பார்க்கிறோம்

ஓ அரசனே, மரங்கள் சாம்பல்கள்தான்
சுடுகாடுகளில் எந்த இடங்களும் காலி இல்லை
ஓ அரசனே, அவற்றைப் பாதுகாப்பவர்கள் யாரும் இல்லை
பாடை தூக்குபவர்கள் யாரும் அங்கு இல்லை
மன அழுத்தத்தின் சொற்களில்லா ஒப்பாரிகளுடன்
தனிமைச் சோகத்தில் விடப்பட்டுள்ளோம்

மரண தேவதை ஒவ்வொரு வீட்டிலும் நுழைந்து
நடனமாடியபடியே தாவித் தாவிச் செல்கிறாள்

ஓ அரசனே, உருகிக்கொண்டிருக்கும்
புகைக்கூண்டுகள்[2] நடுங்குகின்றன
வைரஸ் எங்களை அசைத்தாட்டுகிறது

ஓ அரசனே, எங்கள் வளையல்கள் உடைந்து சிதறுகின்றன,
விம்மும் எங்கள் நெஞ்சம் உடைந்து கிடக்கிறது

அவன் பிடில் வாசிக்கும்போது நகரம் எரிகிறது
பில்லாவும் ரங்காவும்[3] தங்கள் ஈட்டிகளைப்
பாய்ச்சுகின்றனர்.
ஓ அரசனே, உன் ராம ராஜ்யத்தில்
கங்கையில் உடலகள் மிதப்பதைப் பார்க்கிறேன்

ஓ அரசனே உன் ஆடைகள் பிரகாசித்து,
ஓளிர்ந்து, கொளுந்துவிட்டெரிகையில் பளபளக்கின்றன
ஓ அரசனே, இந்த நகரம் முழுவதும் கடைசியில்
உன் உண்மை முகத்தைப் பார்த்துவிட்டது

உன் துணிச்சலைக் காட்டு, தயக்கமில்லாமல்
வெளியே வந்து கூச்சலிடு உரத்துச் சொல்
'' நிர்வாண அரசன்
முடமாகிவிட்டவன் பலகீனமானவன் ''
என்று
நீ இனியும் கோழைத்தனமானவனல்ல
என்பதை எனக்குக் காட்டு
தீக்கொழுந்துகள் உயிர்த்தெழுந்து
வானத்தை முட்டுகின்றன

சீற்றங்கொண்ட நகரம் கட்டுக்கடங்கா
கோபத்தில் ஆர்ப்பரிக்கிறது

ஓ அரசனே, உன் ராமராஜ்யத்தில்
கங்கையில் உடல்கள் மிதப்பதை
நீ காண்கிறாயா?

[1] ஒரு காலத்தில் குஜராத்திலுள்ள ஆர்.எஸ்.எஸ்.ஏடான 'சாதனா'வின் ஆசிரியர் விஷ்ணு பாண்ட்யாவால், ''குஜராத்தி கவிதையின் அடுத்த பெரும் ஆளுமை'' என்று போற்றப்பட்டு வந்த பெண் கவிஞர் பருல் கக்கர் (Parul Khakkar) எழுதி, தன் முகநூலில் மே 11, 2021இல் பதிவிட்ட 'சப்வாஹினி கங்கா' என்ற கவிதை மிக வேகமாக இந்திய மொழிகள் பலவற்றில் மொழியாக்கம் செய்யப்பட்டுள்ளது. 'ராம் ராஜ்யத்தை' ஆளும் 'நிர்வாண அரசன்' என்று மோடியை அழைக்கும் இக்கவிதை, கோவிட்-19 தொற்றால் ஏற்பட்டுவரும் துயரங்களையும், மோடி அரசாங்கத்தின் நிர்வாகத் திறமையின்மையையும் கடுமையாக சாடி, கோடிக்கணக்கான இந்திய மக்களின் உள்ளக் குமுறலை வெளிப்படுத்துகிறது என்றும், சவவண்டியாக புனித கங்கை மாற்றப்பட்டுவிட்ட அவலத்தை எடுத்துரைக்கிறது என்றும் 'தி வயர்' ட்ஜிடல் ஏடு கூறுகிறது. ப்ருல் கக்கார் ஒருபோதும் பாஜகவின் எதிரியாக இருந்ததில்லை. அவர் இந்துக் கடவுள்கள் பற்றிய பல கவிதைகளை இயற்றியுள்ளார். அவற்றில் பல பக்திப் பாடல்களாகவும் பாடப்பட்டு வருகின்றன. ஆனால், கோவிட் 19 தொற்றும் மோடி அரசாங்கத்தின் மெத்தனப் போக்கும் அவரது உள்ளத்தை வருத்தியுள்ளன. எனவே தன் மனசாட்சியின் குரலாக அவர் இக் கவிதையை எழுதியுள்ளார். பாஜகவும் சங் பரிவாரமும் தங்கள் கையில் வைத்துள்ள அசுரத்தனமான

ஆயிரக்கணக்கான சமூக வலைத் தளங்கள் பருல் கக்கர் மீது அவதூறு பொழிந்து வந்தன. வழக்கம் போலவே அவர்களது இந்த எதிர்வினைகளிலும் வசைச் சொற்கள் இடம் பெற்றுள்ளன. மூத்த பாஜக தலைவரொருவரே இந்தகைய வசைப்பொழிவுகள் கண்ணியமற்றவை என்று கூறினார். இந்தக் கவிதைக்கு இதுவரை பல ஆங்கில மொழியாக்கங்கள் உள்ளன. கவிஞர் சலில் திருபாதியின் ஆங்கில மொழியாக்கத்தை 'தி வயர்' பரிந்துரைக்கிறது.

[2] மின்மயானப் புகைக்கூண்டுகள்.

[3] பில்லா -ரங்கா: 1980களில் டெல்லியில் சில குழந்தைகளைக் கடத்திச் சென்று கொலை செய்தவர்கள். அவர்களது மரண தண்டனை உச்சநீதிமன்றத்தால் உறுதிசெய்யப்பட்ட பின் தூக்கிலிடப்பட்டனர். பருல் கக்காரின் கவிதையில் உள்ள இந்த வரிதான் சங் பரிவாரத்திற்கு மிகுந்த ஆத்திரத்தை ஏற்படுத்தியுள்ளதாக 'தி வயர்' கட்டுரை கூறுகிறது.

இக்கவிதையின் ஆங்கில மொழியாக்கம்: Parul Khkkar, The Naked King, Translated into English by Salil Tripathi, The Wire.in, *https://thewire.in/ the&arts/parul & khakkar & gujarati & poem & ganga & bodes & covid*

விடுதலையும் நீதியும்
ஃப்ராங்கோ ஃபோர்ட்டினி ✸

பாலத்தின் கைப்பிடிச் சுவரின் மீது
தூக்கிலிடப்பட்டவர்களின் தலைகள்
ஓடும் சிற்றாற்றில் அவர்களின் எச்சில்
கற்கள் பாவிய சந்தைத் தெருவில்
நிறுத்தி வைத்து சுடப்பட்டவர்களின் விரல் நகங்கள்
வெட்ட வெளிகளின் வறண்ட புல்தரையில்
நிறுத்தி வைத்து சுடப்பட்டவர்களின் உடைந்த பற்கள்

நரநரவென்று காற்றுவெளியைக் கடிக்கிறோம்
கற்களைக் கடிக்கிறோம்
நமது உடல் இனியும் மனித உடல் அல்ல
நரநரவென்று காற்றுவெளியைக் கடிக்கிறோம்
கற்களைக் கடிக்கிறோம்
நமது மனம் இனியும் மனித மனமல்ல

எஸ்.வி.ராஜதுரை

ஆனால் இறந்தவர்களின் கண்கள்
சொல்பவற்றை வாசித்து விட்டோம்
இந்த மண்ணில் விடுதலையைக் கொண்டு வருவோம்
ஆனால் இறந்தவர்களின் மூடிய முட்டிகளோ
இறுகப் பற்றியுள்ளன
நாம் வழங்கவிருக்கும் நீதியை

★ ஃப்ராங்கோ ஃபோர்ட்டினி (Franco Fortini [1917 - 1994]): இருபதாம் நூற்றாண்டின் புகழ்பெற்ற இத்தாலியக் கவிஞர்களி லொருவர். எழுத்தாளரும் இலக்கிய விமர்சகருமான அவர் மார்க்ஸியச் சிந்தனையாளர். பன்முக அறிவாற்றல் கொண்டிருந்த இத்தாலிய எழுத்தாளர் உம்பர்தோ எக்கோ 'தி நியூயார்க் ரெவ்யூ ஆஃப் புக்ஸ்' ஏட்டில் எழுதிய 'ஆதி-பாசிசம்' (Ur-Fascism) என்னும் கட்டுரையின் இறுதியில் ஃப்ராங்க்கோ ஃபோர்ட்டினியின் கவிதையின் ஆங்கில மொழியாக்கத்தைத் தந்திருந்தார். அதனை ஆங்கிலத்தில் மொழியாக்கம் செய்தவர் ஸ்டீஃபன் ஸார்டெரெல்லி (Stephen Sartarelli). இக்கவிதைக்குத் தலைப்புக் கொடுக்கப்பட்டிருக்கவில்லை.

இந்த ஆங்கில மொழியாக்கத்திற்கு: Umberto Eco, Ur-Fascism, The New York Review of Books, *https://www.nybooks.com/articles/1995/06/22/ur&fascism/*

நிர்வாகம் செய்வதிலுள்ள சிரமம்

பெர்டோல்ட் ப்ரெஹ்ட்[1]

அமைச்சர்கள் எப்போதும் மக்களிடம்
சொல்லிக்கொண்டிருக்கின்றனர் -
நிர்வாகம் செய்வது எவ்வளவு சிரமம் என்று.
அமைச்சர்கள் இல்லாவிட்டால்
சோளம் தரையை நோக்கி வளருமேயன்றி
மேல் நோக்கியல்ல.
குடியரசுத் தலைவர்
இவ்வளவு புத்திசாலியாக இல்லாவிட்டால்
சுரங்கத்திலிருந்து
ஒரு கட்டி நிலக்கரிகூட வெளியே வராது.
பிராசாரத் துறை அமைச்சர் இல்லாவிட்டால்
எந்தப் பெண்ணும்
கர்ப்பிணியாகச் சம்மதிக்கமாட்டாள்.
போர்த் துறை அமைச்சர் இல்லாவிட்டால்
போர் ஏதும் ஒருபோதும் வராது.
உண்மையில், தலைவரின்[2] அனுமதியின்றி
சூரியன் காலையில் உதிப்பது சந்தேகமே
அப்படி உதித்தாலும்
அது தவறான இடமாகத்தான் இருக்கும்.

2. அமைச்சர்கள் இல்லாமல் நிர்வாகம் செய்வது

தொழிற்சாலையை
அதன் உரிமையாளர் இல்லாமல்
நடத்துவது போலவே கடினமானது என்று
அவர்கள் சொல்கிறார்கள்.
உரிமையாளர் இல்லாமல் போனால்
தொழிற்சாலைச் சுவர்கள் விழுந்துவிடும்
இயந்திரங்கள் துருப்பிடித்துவிடும் என்று
அவர்கள் சொல்கிறார்கள்
ஒரு ஏர் எங்கேனும் செய்யப்படுமேயானால்
தொழிற்சாலை உரிமையாளர்
உழவர்களுக்கு எழுதும்
தந்திரமான வார்த்தைகள் இல்லாமல்
அது எந்த வயலுக்கும் போய்ச் சேராது:
அவர் இல்லாவிட்டால்,
ஏர்கள் என்பன இருக்கின்றன என்று
உழவர்களிடம் எடுத்துச் சொல்பவர்
வேறு யார் இருக்கிறார்?
நிலப்பிரபு இல்லாமல்
பண்ணைக்கு என்ன நேரிடும்?
நிச்சயமாக உழவர்கள்
உருளைக்கிழங்கு விதைக்கும் இடத்தில்
கம்பை விதைப்பார்கள்

3. நிர்வகிப்பது எளிது என்றால்
தலைவருக்கு உள்ளது போன்ற
அபாரமான மூளைகள் தேவையில்லை
இயந்திரத்தை இயக்குவது எப்படி என்பது
தொழிலாளிக்குத் தெரிந்திருந்தால்
உழவனுக்குத் தனது
வயலைப் பற்றி நன்குதெரிந்திருந்தால்
தொழிற்சாலை உரிமையாளரோ
நிலப்பிரபுவோ தேவையில்லை.
அவர்கள் எல்லோரும்
அவ்வளவு முட்டாள்களாக இருப்பதால்தான்
அவ்வளவு அறிவுள்ளவர்களாக உள்ள
ஒரு சிலர் தேவைப்படுகின்றனர்
அல்லது,
மோசடி செய்வதற்கும் சுரண்டுவதற்கும்
கொஞ்சம் அறிவு தேவை என்பதால்தான்
நிர்வாகம் செய்வது
அவ்வளவு கடினமானதாக உள்ளதோ?

[1] உலகப் புகழ் பெற்றுள்ள ஜெர்மன் நாடக மேதையும் கவிஞருமான பெர்டோல்ட் ப்ரெஹ்ட்டுக்கு அறிமுகம் தேவையில்லை. இக்கவிதையின் ஆங்கில மொழியாக்கம்: Bertolt Brecht, Difficulty of Governing, From 'El Passant',

[2] தலைவர் என்பது இங்கு ஹிட்லரைக் குறிக்கும். அதற்கான ஜெர்மன் சொல்: 'Fuhrer' https://enpassant.com.au/2011/02/07/difficulty & of & governing &bertolt & brecht &1937/

தளபதியே, உங்கள் டாங்கி சக்திவாய்ந்த வாகனம்*

பெர்டொல்ட் ஃப்ரெஹ்ட்

அது காடுகளை நொறுக்கித் தள்ளுகிறது
நூறு மனிதர்களை நசுக்கிப் போடுகிறது.
ஆனால் அதனிடம் ஒரு குறை உள்ளது :
அதற்கு டிரைவர் தேவை.

தளபதியே, குண்டு வீசும் உங்கள் விமானம் சக்தி வாய்ந்தது.
அது புயலைவிட வேகமானது,
யானையைவிட அதிகமாக சுமந்து செல்வது
ஆனால் அதனிடம் ஒரு குறை உள்ளது:
அதற்கு மெக்கானிக் தேவை

தளபதியே, மனிதன் மிகவும் பயனுள்ளவன்,
அவனால் பறக்கவும் கொல்லவும் முடியும்.
ஆனால் அவனிடம் ஒரு குறை உள்ளது:
அவனால் சிந்திக்க முடியும்.

✦ இக்கவிதையின் ஆங்கில மொழியாக்கம்: Bertolt Brecht, From Poetry and Prose, Ed.by Reinhold Grimm with the Collaboration of Caroline Molinay Vedia, Continuum, New York.

படிப்பறிவுள்ள பாட்டாளியின் கேள்விகள்

பெர்டோல்ட் ப்ரெஹ்ட் ✦

ஏழு வாயில்களைக் கொண்ட தெபெஸ் நகரைக் கட்டியது யார்?
புத்தகங்களில் நீங்கள் அரசர்களின் பெயர்களைப் படிப்பீர்கள்.
கட்டுவதற்குப் பாறாங்கற்களைச் சுமந்து
மேலே ஏறி வந்தார்களா அரசர்கள்?
பாபிலோன் பலமுறை நிர்மூலமாக்கப்பட்டது,
அதை மீண்டும் மீண்டும் நிர்மாணித்தவர்கள் யார்?
பொன்கதிர் வீசும் லிமா நகரத்தில்
எவ்வகை வீடுகளில் வாழ்ந்தனர்
கட்டடத் தொழிலாளிகள்?
சீனப் பெருஞ்சுவர்
கட்டி முடிக்கப்பட்ட மாலையில்
கொத்தனார்கள் சென்றது எங்கே?
மாபெரும் ரோம் நகரில்
எங்கெங்கும் வெற்றிவளைவுகள்
அவற்றை எழுப்பியவர்கள் யார்?

எவரை வென்றனர் சீசர்கள்?
புகழ்ந்து பாடப்படும் பைஸாண்டியத்தில்
குடிமக்கள் வசித்தது மாடமாளிகைகளிலா?
இதிகாசப் புகழ்பெற்ற அட்லாண்டிஸிலும்கூட
அதைக் கடல்கொண்ட இரவில்
நீரில் மூழ்கியோர் கூக்குரல் இடவில்லையா
தங்கள் அடிமைகளின் உதவியை நாடி?
இளம் அலெக்ஸாண்டர் இந்தியாவை வென்றான்
அவன் தனியாகவா இருந்தான்?
சீசர் பிரெஞ்சுக்காரர்களைத் தோற்கடித்தான்
அவனுடன் ஒரு சமையல்காரன்கூடவா இருக்கவில்லை?
ஸ்பெயின் மன்னன் பிலிப்
தனது போர்க் கப்பல்கள் மூழ்கும்போது அழுதான்
அழுதது அவன் மட்டுந்தானா?
இரண்டாம் பிரெடெரிக் ஏழாண்டுப் போரில் வென்றான்.
அவனைத் தவிர வேறு யார் வென்றார்கள்?
ஒவ்வொரு பக்கத்திலும் ஒரு வெற்றி
வெற்றி விழா உணவைச் சமைத்தது யார்?
ஒவ்வொரு பத்தாண்டுக்கும்
ஒரு மாமனிதன்
அவனது செலவை ஏற்றவர் யார்?
எத்தனையோ செய்திகள்
எத்தனையோ கேள்விகள்.

எஸ்.வி.ராஜதுரை

✱ இக்கவிதையின் ஆங்கில மொழியாக்கம்: Bertolt Brecht, A worker reads and asks questions, From 'Culture Matters'. *https:// www.culturematters.org.uk/index.php/arts/poetry/item/ 2552&a&worker&reads&and&asks&questions*

கேள்வித் தாள்

வெண்டெல் பெர்ரி ★

1. தடையற்ற சந்தை, உலக வாணிபம்
ஆகியவற்றின் வெற்றிக்கு
எவ்வளவு நஞ்சை
உண்ண விரும்புகிறீர்கள்?
தயைகூர்ந்து உங்களுக்கு விருப்பமான
நஞ்சுகளின் பெயர்களைச் சொல்லுங்கள்.

2. நன்மையின் பொருட்டு எவ்வளவு தீமைகளைச்
செய்ய விரும்புகிறீர்கள்?
உங்களுக்கு விருப்பமான தீமைகள், வெறுப்புச் செயல்கள்
ஆகியவற்றின் பெயர்களைப்
பின்வரும் காலி இடங்களில் நிரப்புங்கள்.

3. பண்பாட்டுக்கும் நாகரிகத்துக்கும்
என்ன தியாகங்களைச் செய்ய
நீங்கள் தயாராக உள்ளீர்கள்?

எஸ்.வி.ராஜதுரை

நீங்கள் மிகுந்த விருப்பதோடு அழிக்கக்கூடிய
நினைவுச் சின்னங்கள், வழிபாட்டிடங்கள்,
கலைப்படைப்புகள்
ஆகியவற்றைப் பட்டியலிடுங்கள்.

4. நாட்டுப் பற்று, கொடி ஆகியவற்றின் பெயரால்
நமது நேசத்துக்குரிய நாட்டில்
நீங்கள் அசுத்தப்படுத்த விரும்பும் பகுதிகள் எவ்வளவு?
விரைவாக இல்லாமல் செய்ய நீங்கள் விரும்பும்
மலைகள், ஆறுகள், நகரங்கள், பண்ணைகள்
ஆகியவற்றின் பட்டியலைக்
கீழே உள்ள இடத்தில் குறிப்பிடுங்கள்.

5. ஒரு குழந்தையைக் கொல்வதற்காக
நீங்கள் வைத்திருக்கும் கருத்துகள், இலட்சியங்கள்
அல்லது நம்பிக்கைகள், எரிபொருள் மூலவளங்கள்,
பாதுகாப்பு வகைகள் ஆகியவற்றைச்
சுருக்கமாகச் சொல்லுங்கள்.
நீங்கள் கொல்ல விரும்பும் குழந்தைகளின் பெயர்களைத்
தயைகூர்ந்து சொல்லுங்கள்.

✣ வெண்டெல் பெர்ரி (Wendell Berry) தற்கால அமெரிக்கக் கவிஞர்களிலொருவர். போர் எதிர்ப்பாளர். வியத்நாமில் அமெரிக்கா நடத்திய ஆக்கிரமிப்புப் போரை எதிர்த்து அமைதிவழியில் போராடியவர்களிலொருவர். 2001 செப்டம்பர்11 இல் நியூயார்க் நகர இரட்டைக் கோபுரம் தகர்க்கப்பட்ட பிறகு அமெரிக்கக் குடியரசுத் தலைவர் ஜார்ஜ் டபிள்யூ புஷ் 'உலக பயங்கரவாதத்தை ஒடுக்குதல்' என்ற பெயரால் நடத்திய ஆக்கிரமிப்பு நடவடிக்கைகளைக் கண்டனம் செய்தவர். சுற்றுச்சூழல் பாதுகாப்பு ஆர்வலர். மனித உரிமைகளுக்காக ஓயாது குரல் கொடுத்து வரும் அவருக்கு இலக்கியத்துக்கான ஏராளமான விருதுகள் தரப்பட்டுள்ளன.

இக்கவிதையின் ஆங்கில மூலம்: Wendell Berry, Questionaire, From 'Reflections', *https://www.google.com/search?q = Wendell + Berry + Questionaire & rlz = 1C1OKWM_ en IN974IN974&oq = Wendell + Berry + Questionaire&aqs = chrome..69i57j0i13l2.12384j1j15 & sourceid = chrome&ie = UTF&8*

தனிமைப்படுத்திக் கொள்தல்
ஈவன் போலண்ட் ✦

மக்கள் அனைவரின்
மிக மோசமான ஆண்டின்
மிக மோசமான பருவத்தின்
மிக மோசமான நேரத்தில்
ஒரு மனிதன்
வேலை முகாமிலிருந்து
புறப்பட்டான்
தன் மனைவியுடன்.

பஞ்சத்தால் ஏற்படும்
காய்ச்சலால் நோய்வாய்ப்பட்ட
அவளால் அவனது வேகத்துக்கு
ஈடு கொடுத்து நடக்கமுடியவில்லை.
அவன் அவளைத் தூக்கித்
தன் முதுகில் கிடத்தியவாறே

இரத்தம் கொதிக்கும் போது

மேற்காக
மேற்காக
வடக்காக
அவன் நடந்தான்

குளிரில் உறைந்த
நட்சத்திரங்கள் நிறைந்த
நள்ளிரவு வானத்தை
அவர்கள் வந்தடையும் வரை

காலையில் அவர்கள் இருவரும்
இறந்து கிடந்தனர்.
குளிரால், பசியால்,
வரலாறு என்ற நச்சால்

ஆனால் அவளுடைய பாதங்கள்
அவன் நெஞ்செலும்பின்மீது
அவனது சதையின்
கடைசி வெப்பம்
அவளுக்கு அவன் அளித்த
கடைசிக்கொடை

எந்தக் காதல் கவிதையும்
இந்த முற்றத்துக்கு ஒருபோதும்
வராமல் இருக்கட்டும்
துல்லியமற்ற எதற்கும் இங்கு இடமல்லை
உடலின் எழிலை, அது தரும் இன்பத்தை
போகிற போக்கில் போற்றும்
எதற்கும்.

இந்த இரக்கமற்ற பட்டியலைத்
தயாரிக்க மட்டுமே நேரமிருக்கிறது:
அவர்கள் இருவரும்
இறந்த 1847ஆம் ஆண்டுப் பனிக்காலம்
அவர்கள் அனுபவித்த துன்பம்
அவர்கள் வாழ்ந்த விதம்
ஆணுக்கும் பெண்ணுக்குமிடையே
நடக்கும் அந்த விஷயம்
அதை மிக நன்றாக மெய்ப்பிக்கக்கூடிய இருள்.

✦ அயர்லாந்துப் பெண் கவிஞர் ஈவன் போலண்ட்டின் (Eavan Boland:1944-2020) இந்தக் கவிதையின் வரலாற்றுப் பின்புலம்: ஆங்கிலேய ஆட்சிக்கு உட்பட்டிருந்த அயர்லாந்தில் 1838ஆம் ஆண்டில் 123 வேலை முகாம்கள் (பெரிய மதில் சுவர்களால் சூழப்பட்ட, சிறைசாலைகள் போன்ற

கட்டடங்கள்) அமைக்கப்பட்டன. நிலவரி செலுத்த இயலாத குத்தகை விவசாயிகள், வறுமையில் வாடிய விவசாயத் தொழிலாளர்கள், பசியால் வாடிய ஏனைய உழைப்பாளர்கள் ஆகியோர் இம்முகாம்களில் தங்கி, வேலை செய்து ஒரு வேளை கஞ்சி குடிக்கும் 'வசதி'யைப் பெற்றனர். 1840களில் அயர்லாந்தில் பஞ்சமும் பசியும் தாண்டவமாடிய நாட்களில் நெரிசல் ஏற்படும் அளவுக்கு இந்த முகாம்களில் மக்கள் குவிந்திருந்தனர். பலர் அங்கேயே இறந்தனர். முகாம்களில் உணவுத் தட்டுபாடு ஏற்பட, முகாம்களிலிருந்து வெளியேறி உணவைத் தேடி வேறு இடங்களுக்கு சென்றவர்களில், நூற்றுகணக்கானோர் போகும் வழியிலேயே மாண்டனர். அந்தப் பத்தொன்பதாவது அயர்லாந்துத் தொழிலாளிகளின் நிலைமையை, 2020ஆம் ஆண்டில் இந்திய ஒன்றிய அரசாங்கத்தால் திடீரென்று அறிவிக்கப்பட்ட முதல் ஊரடங்கு சற்றுத் தளர்த்தப்பட்டவுடன் தங்கள் சொந்த ஊர்களுக்கும் மாநிலங்களுக்கும் நடைப்பயணமாகவே சென்ற பல்லாயிரக் கணக்கான தொழிலாளிகளில் நூற்றுக்கணக்கானோர் உண்ண உணவோ, குடிக்க நீரோ, தங்க இடமோ இல்லாமல் போகும் வழியிலேயே செத்து மடிந்த நிலையுடன் ஒப்பிட்டுப் பார்க்க முடியும்.

இக்கவிதையின் ஆங்கில மூலம்: Eavan Boland, Quarantine, From "Poets.Org', *https://poets.org/poem/quarantine.*

நான் விரும்புவது...
யெவ்கெனி யெவ்டுஷெங்கோ[1]

ஒவ்வொரு நாட்டிலும் பிறக்கவும்
அயல்நாட்டுத்துறை அலுவலகங்கள்
அனைத்தையும்
பீதியில் ஆழ்த்துவதற்கு
அனைத்து நாடுகளுக்குமான
கடவுச்சீட்டைப் பெறவும் விரும்புகிறேன்
ஒவ்வொரு பெருங்கடலிலும் உள்ள
ஒவ்வொரு மீனாகவும்
தெருவோரப் பாதைகள்
அனைத்திலும் திரியும் நாயாகவும்
இருக்க விரும்புகிறேன்
எந்த விக்கிரங்களுக்கும் முன்னால்
தலைவணங்கவோ
ஆர்த்தடாக்ஸ் திருச்சபையால்[2]
ஈர்க்கப்பட்ட ஹிப்பியாக இருக்கவோ

இரத்தம் கொதிக்கும் போது

எனக்கு விருப்பமில்லை
ஆனால், பய்கால் ஏரியின்[3] ஆழத்தில் குதித்து
தண்ணீரிலிருந்து
வேறெங்கேனும் மேலெழும்பி மூச்சுவிட விருப்பம்
அந்த இடம்
ஏன் மிஸிஸிப்பியாக[4] இருக்கக்கூடாது?
எனது நேசத்துக்குரிய பேரண்டத்தில்
தன்னந்தனியான காட்டுச் செடியாக
இருக்க விருப்பம்,
ஆனால் கண்ணாடியில்
தனது முகத்தையே முத்தமிடும்
நுண்ணய நார்ஸிஸாக[5] அல்ல.
கடவுளின் பல படைப்புகளில்
ஏதோவொன்றாக இருக்க விரும்புகிறேன்
அசிங்கமான கழுதைப்புலியாகவும்கூட
ஆனால் ஒருபோதும் கொடுங்கோலனாக அல்ல
கொடுங்கோலனின் பூனையாகக்கூட அல்ல.
எங்கும் எந்த இடத்திலும் மனிதனாகவே
மறுபிறப்பெடுக்க விரும்புகிறேன்:
பாராகுவே நாட்டுச் சிறைகளில்
சித்திரவதைக்கு உள்ளானவனாக
ஹாங்காங் நகரக் குடிசைப் பகுதிகளிலுள்ள
வீடற்ற குழந்தையாக

பங்களாதேஷில் உயிருள்ள எலும்புக்கூடாக
திபெத்தில் புனித யாசகனாக
கேப்டவுனில்[6] கறுப்பனாக.
ஆனால் ஒருபோதும்
ராம்போவின்[7] படிமத்தில் அல்ல.
என்னால் வெறுக்கப்படுபவர்கள்
மாய்மாலவாதிகள் மட்டுமே,
கெட்டியான இனிப்புத் திரவத்தில்
ஊறவைக்கப்பட்ட
கழுதைப் புலிகள் அவர்கள்.
உலகிலுள்ள அனைத்து
அறுவை சிகிச்சை மருத்துவர்களின் கீழும்
படுக்க விரும்புகிறேன்
கூன் விழுந்தவனாய், பார்வையற்றவனாய்,
அனைத்து நோய்களாலும்
புண்களாலும் தழும்புகளாலும்
அவதிப்படுவனாய்,
போரால் பாதிக்கப்பட்டவனாய்
சிகரெட் துண்டுகளை
அள்ளிப் போடுபவனாய்
இருக்க விரும்புகிறேன்
அசுத்தமான நுண்ணுயிரியாக
மேன்மையானன் என்ற எண்ணம்

என்னுள் புகாமலிருப்பதற்காக
மேட்டுக்குடியினருடன் சேர்வதை
நான் விரும்பவில்லை
கோழைத்தனமான மந்தையுடன்
இணைவதையும்
அந்த மந்தையின் காவல் நாயாகவோ
அந்த மந்தையால் பாதுகாப்பளிக்கப்படும்
இடையனாகவோ இருப்பதையும்
விரும்பவில்லை.
மகிழ்ச்சியை விரும்புகிறேன்
ஆனால் மற்றவர்களின் மகிழ்ச்சியை
விலையாகக் கொடுத்து அல்ல
சுதந்திரத்தை விரும்புகிறேன்
ஆனால் சுதந்திரமற்றவர்களை
விலையாகக் கொடுத்து அல்ல.
உலகிலுள்ள எல்லாப் பெண்களையும்
நேசிக்க விரும்புகிறேன்
நானே ஒரு தடவையாவது
பெண்ணாக இருக்கவும் விரும்புகிறேன்
இயற்கை அன்னை ஆண்களுக்குக்
குறையொன்றைக் கொடுத்துவிட்டாள்.
ஆண்களுக்கு அவள்
தாய்மையைக் கொடுத்திருந்தால்?

மாசுமருவற்ற குழந்தை
அவனது நெஞ்சுக்குக் கீழே அசையுமானால்
ஆண் ஒருவேளை அத்தனை
கொடூரமானவனாக இருக்கமாட்டான்.
மனிதனின் அன்றாட உணவாக
இருக்க விரும்புகிறேன்
சொல்லப் போனால்
துக்கம் அனுட்டிக்கும்
வியத்நாமியப் பெண்ணுக்குக்
கைப்பிடிச் சோறாக
நேப்பிள்ஸ் நகரத் தொழிலாளர்களின்
உணவு விடுதியில்
மலிவான மதுரசமாக
மனிதனின் அன்றாட உணவாக
அல்லது
வளையம் போல் நிலாவைச் சுற்றிவரும்
மிகச் சிறிய பாலாடைக்கட்டித் துண்டாக.
அவர்கள் என்னை உண்ணட்டும்
அவர்கள் என்னைப் பருகட்டும்
எனது சாவு மட்டுமே சிறிது பயன்படட்டும்.
எல்லாக் காலங்களையும்
சேர்ந்தவனாக இருக்க விரும்புகிறேன்
எத்தகைய சாமர்த்தியசாலி நான் என்று

வரலாறு அதிசயிக்கும் அளவுக்கு
அதைத் திகைக்க வைக்க விரும்புகிறேன்.
நெஃபெர்டிட்டியை[8] ட்ரொய்காவில் [9]
உட்கார வைத்து
பூஷ்கினிடம் [10] அழைத்துவர விரும்புகிறேன்
ஒரு கணத்தின் வெளியைப் பன்மடங்கு பெருக்கி
ஒரே நேரத்தில்
சைபீரிய மீனவனுடன் வோட்கா பருகவும்
ஹோமர், தாந்தே, ஷேக்ஸ்பியர்
ஆகியோருடன் அமர்ந்து
கோகா-கோலாவைத் தவிர
வேறு எதனையேனும் அருந்தவும்
காங்கோவில் முரசுகளின் ஒலிக்கு ஆடவும்
ரெனோவில்[11] வேலை நிறுத்தம் செய்யவும்
கோபாகபானா கடற்கரையில் [12]
பிரேஸிலியப் பையன்களுடனும்
தோல்ஸ்தாயுடனும்
பந்தைத் துரத்திச் செல்லவும் விரும்புகிறேன்.
ஒவ்வொரு மொழியையும்
பூமிக்கு அடியில் பாயும்
இரகசிய நீரோட்டங்களையும் அறியவும்
அனைத்து வேலைகளையும்
ஒரே நேரத்தில் செய்யவும் விரும்புகிறேன்

ஒரு யெவ்டுஷெங்கோ வெறும் கவிஞன்தான்

இரண்டாவது யெவ்டுஷெங்கோ

தலைமறைவுப் போராளி, ஏதோ ஓரிடத்தில்

அது எந்த இடம் எனச் சொல்ல மாட்டேன்,

பாதுகாப்புக் காரணங்களுக்காக

மூன்றாவது யெவ்டுஷெங்கோ

பெர்க்ளி பல்கலைக் கழக மாணவன் [13]

நான்காமவன், ஜாலியான ஜார்ஜியக் குடிகாரன்,

ஐந்தாமவன் அலாஸ்காவில் எஸ்கிமோ குழந்தைகளின்

ஆசிரியனாக இருக்கக்கூடும்

ஆறாமவன், ஏதோவொரு நாட்டில்,

அடக்கத்தோடு சொல்லப்போனால்,

ஏன் ஸியரா லியோனிலும்கூட [14]

இளம் குடியரசுத் தலைவனாக

ஏழாமவன், தொட்டிலில் இன்னமும்

கிலுகிலுப்பையை ஆட்டிக் கொண்டிருப்பவனாக [15]

பத்தாவது... நூறாவது...

நான் நானாக இருப்பது எனக்குப் போதுமானதல்ல

படைக்கப்பட்ட ஒவ்வொன்றுக்கும்

அதேபோன்ற இன்னொன்றுண்டு

ஆனால், கார்பன் காகிதத்தைப்

பயன்படுத்துவதில் கடவுள் கருமி

அவரது விண்ணுலகப் பதிப்பகம்

என்னை ஒப்பில்லாத
ஒரே ஒரு பிரதியாக்கியது
ஆனால், நான் கடவுளின் சீட்டுகளைத்
தாறுமாறாகக் கலைத்துப் போடுவேன்
அவரைக் குழப்பத்தில் ஆழ்த்துவேன்
எனது வாழ்நாளின் இறுதிவரை
ஆயிரம் பிரதிகளாக இருப்பேன் -
என்னைக் கண்டு
பூமியும் பரபரவென இயங்குவதற்கு,
உலக மக்கள் தொகைக் கணக்கெடுப்பு
நடத்தப்படுகையில்
கணினிகளுக்குப் பித்துப் பிடிப்பதற்கு.
மனிதகுலமே
உனது தடையரண்கள்
எல்லாவற்றிலும் போர் புரிவேன் -
சக்தி தீர்ந்து களைத்துப் போன நிலவாக
ஒவ்வொரு இரவிலும் மரணித்து,
புதிதாகப் பிறந்த சூரியனாய்
ஒவ்வொரு காலையிலும் மீண்டும் பிறப்பேன்
என் மண்டையோட்டில் சாகாவரம் பெற்ற
மென்புள்ளியொன்றைக் கொண்டவனாய்.
சாதுரியமான ஸைபீரிய ஃப்ரான்ஸுவோ வியோனாக [16]
நான் இறக்கும்போது
பிரான்ஸிலோ, இத்தாலியிலோ

மண்ணுக்குக் கீழே என்னைக் கிடத்தாதீர்கள்
ஆனால், ரஷிய சைபீரிய மண்ணில்
இன்னும் பசுமையாக இருக்கும் குன்றில் -
ஒவ்வொருவரும் நானே
என்பதை நான் முதன் முதலில் உணர்ந்தது
அங்குதான்.

[1]ரஷியக் கவிஞர் யெவ்கெனி யெவ்டுஷெங்கோ (Yevgeny Yevtushenko [1933-2017]), 1950களிலிருந்தே உலகின் பல்வேறு நாடுகளுக்குத் தன் கவிதைகள் மூலம் அறிமுகமாகியிருந்தவர். நாவலாசிரியர், கட்டுரையாளர், நாடகவியலாளர், திரைப்படக் கதையாசிரியர், திரைப்பட நடிகர், இயக்குநர், புத்தகப் பதிப்பாளர் என்ற பல பரிமாணங்களைக் கொண்டிருந்த அவர், 2007ஆம் ஆண்டுக்குப் பிறகு ரஷியாவிலும் அமெரிக்காவிலும் மாறி மாறி தன் நாள்களைச் செலவிட்டுவந்த அவர், 2017ஆம் ஆண்டு ஏப்ரல் 1ஆம் தேதியன்று அமெரிக்காவின் ஓக்லஹோமா மாகாணத்திலுள்ள டுல்ஸா நகரத்தில் காலமானார். இறப்பதற்கு முன் அவர் தெரிவித்திருந்த விருப்பத்தின் பேரில் அவரது உடல் ரஷியாவின் சைபீரியப் பகுதியிலுள்ள அவரது சொந்த ஊரான ஸிமாவுக்கு (Zima) எடுத்துச் செல்லப்பட்டு அங்கு அடக்கம் செய்யப்பட்டது.

[2]ஆர்த்தடாக்ஸ் திருச்சபை: ரஷியாவிலும் பிற கிழக்கு ஐரோப்பிய நாடுகளிலும் மிகவும் செல்வாக்குப் பெற்றுள்ள கிறிஸ்தவ மதப் பிரிவு

[3]பய்கால்ஏரி (Lake Baikal) : ரஷியநாட்டின் ஸைபீரியப் பகுதியில் உள்ள மிகப் பெரும் ஏரி.

[4]அமெரிக்காவின் தென் மாகாணங்களிலொன்று.

⁵நார்ஸிஸஸ் (Narcissus): மிக அழகானவன் என்று கிரேக்க இதிகாசங்களில் சொல்லப்படும் வேடனான நார்ஸிஸஸுக்குத் தனது அழகைப் பற்றிய கர்வம்அதிகம். அதனால்தான் அவன் தன்னைக் காதலித்தவர்கள் அனைவரையும் உதாசீனப்படுத்தி வந்தான். இதனால் ஆத்திரமுற்ற கிரேக்கக் கடவுளான நெமெஸிஸ், தனது மந்திரசக்தியால் நார்ஸிஸ்ஸை ஒரு குளத்துக்கு வரச்செய்தான். அந்தக் குளத்து நீரில் பிரதிபலித்த தனது முகத்தின் அழகிலேயே இலயித்து மயங்கிய நார்ஸிஸால் அங்கிருந்து வரவே முடியவில்லை. அந்த பிம்பத்துக்கு ஈடான அழகிய முகம் வேறெங்கும் இல்லை என்று கருதிய அவனுக்கு உயிர் வாழும் ஆசை இல்லாமல் போய்விட்டது. சாகும் வரை அந்தப் பிம்பத்தைப் பார்த்துக் கொண்டே இருந்தான். தங்களைத் தாங்களே மெச்சிக்கொள்கிற சுயமோகிகளைக் குறிக்க 'நார்ஸிஸஸ்' என்ற சொல் பயன்படுத்தப்படுகிறது.

⁶கேப்டவுன் (Cape Town): தென்னாப்பிரிக்காவின் தலைநகரம்.

⁷ராம்போ (Rambo): அமெரிக்க ஆணாதிக்க, ஆண்-மைய, இராணுவ வல்லமைக்கான குறியீடு. ராம்போ பாத்திரத்தில் ஹாலிவுட் நடிகர் ஸில்வஸ்டர் ஸ்டலோன் நடித்த படங்கள் 1960 முதல் 1980கள் வரைஅடுத்தடுத்து வெளிவந்து கொண்டிருந்தன.

⁸நெஃபெர்டிட்டி (Nefertiti): மூவாயிரம் ஆண்டுகளுக்கு முன் எகிப்தை ஆண்ட அரசி.

⁹ட்ரொய்கா (Troika): கிட்டத்தட்ட இருபதாம் நூற்றாண்டு தொடக்கம்வரை ரஷியாவில் போக்குவரத்துக்காகப் பயன்படுத்தப் பட்டுவந்த, மூன்று குதிரைகள் பூட்டப்பட்ட சக்கர வண்டி.

¹⁰பூஷ்கின் (Alexander Pushin) உலகப் புகழ்பெற்ற 19ஆம் நூற்றாண்டு ரஷியக் கவிஞர்.

¹¹ரெனோ (Renault): இதே பெயருடைய கார்களைத் தயாரிக்கும் பிரெஞ்சுத் தொழிற்சாலை.

[12] கோபாகபானா கடற்கரை(Copacabana Beach): பிரேஸில் நகரமான ரியோ டி ஜெனிரோவிலுள்ள புகழ்பெற்ற கடற்கரை.

[13] பெர்க்ளி பல்கலைக் கழகம்: அமெரிக்காவின் கலிஃபோர்னியா மாகாணத்திலுள்ள பெர்க்ளி நகரத்திலுள்ள பல்கலைக் கழகத்தின் சரியானபெயர் 'கலிபோர்னியாபல்கலைக்கழகம்'.ஆனால்,இதுபொதுவாக 'பெர்க்ளி பல்கலைக் கழகம்' என்றே அழைக்கப்படுகின்றது.

[14] ஸியரா லியோன் (Sierra Leone) : மேற்கு ஆப்பிரிக்க நாடு.

[15] இக்கவிதையின் ஆங்கில மொழியாக்கத்திலுள்ள "The seventh would still be shaking a rattle in his stroller" என்பது ''ஏழாமவன், இன்னமும் தொட்டிலில் கிலிகிலுப்பை ஆட்டிக் கொண்டிருப்பவனாக'' எனத் தமிழாககம் செய்யப்பட்டுள்ளது. 'ஸ்ட்ரோல்லெர்' (Stroller): என்பது குழந்தைகளை உட்காரவைத்து சிறிது நேரம் உலாவச்செல்வதற்காகப் பயன்படுத்தப்படும் சிறிய (சக்கர) தள்ளுவண்டி. ஏழாவது யெவ்டுஷெங்கோ, இன்னும் குழந்தையாகவே இருக்கிறான் என்பதற்காக இக்கவிதையில்' ஸ்ட்ரோல்லெர்' குறிப்பிடப்படுகிறது. நம் நாட்டில்குழந்தைகளுக்கான 'ஸ்ட்ரோல்லெர்' மிக அரிதாகவேஉள்ளது.

[16] ஃப்ரான்ஸுவா வியோன் (Francois Villon): 15ஆம்நூற்றாண்டு பிரெஞ்சுக் கவிஞர். துணிச்சலான குற்றச்செயல்களுக்காக சிறைவாசம் புரிந்தவர்.

இக்கவிதையின் ஆங்கில மொழியாக்கம்: Yevgeny Yevtushenko, I would like, Poetry Hunter.Com, *https://www.poemhunter.com/poem/i&would&like&4/*

தேனீக்கள்

ஆட்ரே லோர்ட் ✦

பள்ளிக்கூடத்தில் குழந்தைகள் கற்றுக் கொண்டவை
அதற்கு வெளியே உள்ள தெருவொன்றில்
அவர்களை ஆட்கொள்கின்றன.
அவர்கள் மதிய உணவருந்தும் அறையின் ஜன்னலுக்கும்
இரும்புக் கிராதிக்கும் இடையே
கூட்டமாய் பறந்து செல்ல முயலும் தேனீக்கள் மீது
குட்டிப் பையன்கள் கத்திக் கொண்டே கல்லெறிகிறார்கள்.
மூர்க்கத்தனமான பாறைகளை வீசுகிறார்கள்
ஜன்னல்களை உடைத்து நொறுக்கியபடி...
சினம் கொண்டு முரலுகிற
தேனீகள் மெதுவாகவே தாக்குகின்றன.
பிறகு தேனீ கொட்டியதால்
ஒரு சிறுவன் விரைவாக நாசத்தை உண்டாக்குகிறான்
பள்ளிக்கூடக் காவலர்கள் தங்களுக்கிடையே
நீண்ட கழிகளை வைத்துக் கொண்டு
தேன்கூட்டை நோக்கி முன்னேறுகின்றனர்

எஸ்.வி.ராஜதுரை

கிட்டத்தட்ட ஒழித்துக்கட்டப்பட்டிருந்த
மெழுகு அறைகள்
சிதறும்படி அடிக்கிறார்கள்
தேன் கூட்டின் புதிய அறைகளை நசுக்கிக் கூழாக்குகையில்
அவர்களது விளக்குமாறுகளிலிருந்து
புத்தம் புதிய தேன் கீழே சொட்டிக் கொண்டிருக்கிறது
நாசம் செய்வதில் கெட்டிக்காரனான அந்தக் குட்டிப் பையன்
எஞ்சியுள்ள, திகைத்துப்போன தேனீக்களை
மண்ணோடு மண்ணாக மிதித்து நசுக்குகிறான்

அதை வியப்போடு பார்க்கிறார்கள்
எட்டி நிற்கும் நான்கு குட்டிப் பெண்கள்
ஓர் இரகசியப் பாடத்தைக் கற்றுக் கொண்டும்
தங்கள் அழிவையும்
புரிந்து கொள்ள முயன்று கொண்டும்.
ஒரு பெண் கத்துகிறாள்:
''ஏய், தேனீக்கள் எந்தத் தொந்தரவையும் செய்யவில்லையே''
காலியாகிவிட்ட, தேன்கூடு இருந்த மூலையை ஏறிட்டுப் பார்ப்பதற்காக
தீனமாக முனகிக் கொண்டிருக்கும் எச்சங்களைத் தாண்டிச் செல்கிறாள்
'' தேனை உற்பத்தி செய்வதைக்
கற்றுக் கொண்டிருக்க முடியுமே''

✸ ஆஃப்ரோ-அமெரிக்கப் பெண் கவிஞர் ஆட்ரே லோர்ட்(Audre Lorde:1934- 1992), பெண்ணியலாளர், மனித உரிமைப் போராளி, வெள்லை இனவாத-எதிர்ப்பாளர், லெஸ்பியன். 'தேனீகள்' கவிதை அமெரிக்காவில் வெள்ளை இனவாதம் பள்ளிச் சிறுவர்களிடமும் புகுத்தப்பட்டுள்ளதைச் சொல்கிறது.

Andre Lourde, The Bees, From Later On &Leisure Guy, *https://leisureguy.wordpress.com/2020/06/14/the&bees&by&audre&lorde/*

பாம்பு

டி. ஹெச். லாரன்ஸ்[1]

கடுமையான வெய்யில் உறைத்த ஒரு நாள்
பாம்பு தண்நிழலில் மறைந்திருந்த
மண் சுவரின் வெடிப்பிலிருந்து
வெளியே வந்து கல் தொட்டியின் விளிம்பில்
தனது மஞ்சள்-பழுப்பு நிற
வழுவழுப்பான உடலை
மிருதுவான அடிவயிற்றை
இழுத்துக் கொண்டு
தொட்டியின் அடிப்பாகத்தில்
தொண்டையைப் பதித்து
குழாயிலிருந்து சொட்டி
அங்குத் தேங்கியிருந்த
தெளிவான நீரை
நேராகப் பிளந்த வாயால்
உறிஞ்சிக் குடித்தது.
மெல்லத் தன் வாயால் நீரை உறிஞ்சி

அதை நீண்ட வழுவழுப்பான உடலுக்குள்
இழுத்துக் கொண்டது ஓசையின்றி.

எனக்கு முன்பே
எனது நீர்த் தொட்டிக்குள் யாரோ
நானோ,
இரண்டாவதாக வந்தவனைப் போலக்
காத்துக் கொண்டிருந்தேன்.

குடிப்பதை நிறுத்திவிட்டு,
ஆடுமாடுகளைப் போலத்
தலையை உயர்த்தியது
நீர் பருகும் ஆடுமாடுகளைப் போல
என்னைப் பார்க்காமல் பார்த்தது
இரட்டை நாக்கை நீட்டி
இழுத்துக் கொண்டது
ஒரு கணம் யோசித்தது
மீண்டும் தலையை உள்ளே விட்டு
மேலும் கொஞ்சம் நீர் பருகியது
எட்னா எரிமலை[2]
புகைந்து கொண்டிருந்த
அந்த ஜூலை நாளில், சிசிலியில்
பூமியின் எரிந்து கொண்டிருக்கும்

அடிவயிற்றிலிருந்து
மண்ணிறத்தில், பொன்னிற மண் நிறத்தில்
அந்தப் பாம்பு.
எனது கல்வியறிவு என்னிடம் கூறியது:
அந்தப் பாம்பு சாகடிக்கப்பட வேண்டும்
ஏனெனில் சிசிலியில் உள்ள பாம்புகளில்
கருகருவென்றிருப்பவை நச்சில்லாதவை
பொன்னிறப் பாம்புகளோ நச்சு மிகுந்தவை

எனக்குள் ஒலித்த குரல்கள் கூறின:
நீ ஆண் மகனாக இருப்பின்
தடியை எடுத்துப் பாம்பை
அடித்துக் கொன்றுவிடு.
ஆனால்,
பாம்பு எனக்குப் பிடித்திருக்கிறது,
விருந்தாளியைப் போல ஓசையின்றி வந்து
எனது நீர்த் தொட்டியில் நீர் பருகி
தாகம் அடங்கியதால்,
அமைதியாக, நன்றி கூறாது
பூமியின் அடிவயிறுக்குள் அப்பாம்பு
திரும்பிச் செல்வதைக் கண்டு
எனக்கு எத்தனை மகிழ்ச்சி என்பதை
நான் ஒப்புக் கொள்வதா?

அதைக் கொல்லாமலிருப்பதற்குக் காரணம்
என் கோழைத்தனமா?
அதனுடன் நான் பேச விரும்பியதற்குக் காரணம்
என் வக்கிர புத்தியா?
அது வந்து சென்றதைப் பற்றிப்
பெருமை கொள்ளச் செய்வது
என் அடக்க உணர்வா?
நான் உண்மையில்
பெருமை கொண்டேன்.

எனினும் மீண்டும் அந்தக் குரல்கள்:
உனக்குப் பயமில்லையென்றால்
அந்தப் பாம்பைக் கொண்று விடு!
உண்மையில் எனக்குப் பயம்தா ன்,
மிகவும் பயம்தான்
இருப்பினும் எனக்குப் பெருமைதான் அதிகம்
அப்பாம்பு மர்மம் நிறைந்த
இருண்ட கதவைத் திறந்து வெளியே வந்து
எனது விருந்தோம்பலைத் தேடி வந்தது
எனக்குப் பெருமைதான்.
வேண்டிய அளவு நீர் குடித்த பிறகு
தலையை உயர்த்தி

மதுவருந்தியவன் போலக்
கிறங்கிப் போய்
இருளைப் போன்ற
கறுப்பான நாக்கைத் துருத்தியது -
தனது உதடுகளை நக்குவது போல.
கண்ணில்லாத கடவுளைப் போல,
சுற்றுமுற்றும் பார்த்தது
பிறகு மெதுவாகத் தலையைத் திருப்பியது
மெதுவாக, மிக மெதுவாக,
கிறக்கம் மிகுந்தாற் போல்
தனது நீண்ட உடலை இழுத்துக் கொண்டு
வளைந்து வளைந்து
மண்சுவரின் வெடிப்பிற்குள் ஏறி
நுழையத் தொடங்கியது.

அந்த பயங்கரமான ஓட்டைக்குள்
தன் தலையை நுழைத்து
மெதுவாக நெளிந்து நெளிந்து
உள்ளே புகுகையில்
ஏதோவொரு பீதி
என்னைக் கவ்விக் கொண்டது
அந்த பயங்கரமான
கறுப்பு ஓட்டைக்குள் நுழைந்து

தனது உடலை மெல்ல மெல்ல
இழுத்துக் கொண்டு
முதுகை எனக்குக் காட்டிய போது
ஏதோவொரு எதிர்ப்புணர்வு
என்னைக் கவ்விக் கொண்டது.

அங்குமிங்கும் பார்த்தேன்
வாளியைக் கீழே வைத்தேன்
கரடுமுரடான விறகுக் கட்டையைக்
கையிலெடுத்தேன்
நீர்த் தொட்டியின் மீது
தடாலென வீசியெறிந்தேன்.

அது அப்பாம்பைத் தாக்கவில்லை
என்று நினைக்கிறேன்
ஆனால் ஓட்டைக்கு வெளியே இருந்த
அப் பாம்பின் வால் பகுதி
துடிதுடித்து அவசரம் அவசரமாக
மின்னலைப் போல நெளிந்து நெளிந்து
அந்தக் கறுப்பு ஓட்டைக்குள்
நுழைந்து மறைந்தது
அந்த மண் சுவரில்
பூமியின் உதடுகளைப் போல இருந்த

வெடிப்புக்குள் மறைந்தது
அதை கடுமையான வெய்யிலடித்த
அந்தப் பட்டப் பகலில்
நான் என்னை மறந்து
பார்த்துக் கொண்டிருந்தேன்.

சட்டென்று துணுக்குற்றேன்
எத்தனை சின்னத்தனமான,
கீழ்த்தரமான, அற்பத்தனமான செயல்!
என்னையே நான் வெறுத்தேன்,
அந்தப் பாழாய்ப் போன
எனது மானுடக் கல்வியறிவையும்
வெறுத்தேன்.

அன்று அந்தக் கிழவன்
வெண்ணிறக் கடற்பறவையைக்
கொன்றதை நினைத்தேன்[3]
அந்தப் பாம்பு
திரும்பி வராதா என ஏங்கினேன்.

ஏனெனில் அது ஓர் அரசனைப் போல
எனக்குத் தோன்றியது -
நாடு கடத்தப்பட்டுப் பாதாள உலகில்

முடி சூட்டப்படாமல் கிடந்த ,
இப்போது மீண்டும் முடிசூட்டப்படவிருந்த
அரசனைப் போல்.

வாழ்வின் நாயகர்களொருவரைச்
சந்திக்கும் வாய்ப்பை இழந்தேன்
இப்போது நான் பரிகாரம் தேட வேண்டும்
என் அற்பத்தனத்துக்கு.

[1] நவீன காலத்தில், இயற்கைக்கும் மனிதர்களுக்கும் ஏற்பட்ட பெரும் இடைவெளி பற்றி எழுதிய கவிஞர்களில் டி. ஹெச். லாரன்ஸும் (D.H.Lawrence) ஒருவர். பறவைகள், விலங்குகள் பற்றி கணிசமான கவிதைகள் எழுதியுள்ளார்.

[2] எட்னா எரிமலை (Etna Mountain): இத்தாலியின் ஸிஸிலி பகுதியிலுள்ள எரிமலை.

[3] ஆங்கிலக் கவிஞர் சாமுவேல் டெய்லர் கோலரிட்ஜ் (Samuel Taylor Coleridge) எழுதிய 'மூப்படைந்த மாலுமி' (The Ancient Mariner) என்னும் நெடுங்கவிதையிலுள்ள நிகழ்வை லாரன்ஸ் இங்கு நினைவுகூர்கிறார். அந்த மாலுமி எவ்விதக் காரணமுமின்றி அல்பட்ராஸ் என்ற வெண்ணிறக் கடற்பறவையைக் கொன்று விடுகிறான். அதற்காக வருந்தி வருந்தியே வாழ்நாள் முழுவதையும் கழிக்கிறான்.

இக்கவிதை உள்ள நூல்:D. H.Lawrence, Snake, From The Complete Works of D.H.Lawrence (1885-1930), Delphi Classics (eBook).

இரத்தம் கொதிக்கும் போது

ஃபெடெரிகோ வியெகாஸ்[1]

ஆங்கில மொழியாக்கம்: ஜார்ஜ் ஃப்ராங்க்லின்,
ஸிமெனா கோமெஸ்[2]

நீ இங்கே வந்ததற்குக் காரணம் என்ன
எம்பெரா வெரா?[3]
என்னைப் பார்ப்பதற்காக
கன்னங்கரிய இரவில் பதினான்கு மணி நேரம்
நடந்து வந்திருக்கிறாய்
ஒரு மலைத்தொடரையே கடந்திருக்கிறாய்
இருட்டில் *மோனா*[4] பிசாசு உனக்காகக் காத்திருக்கிறது
என்பதை நீ அறிந்துள்ள போதிலும்;
உன் கால்கள்
சோர்ந்துபோன போது
எம்பெரா வெரா,
உனது போர், உனது மகன்,
தன் முதுகில் உன்னை ஏற்றி சுமந்து வந்தபோது
தடுமாறி நீ கீழே விழுந்தாயா?
அதனால்தான் உன் ஆடைகளில்

சேற்றுக் கறை படிந்துள்ளதா?
உன் காயங்கள்
இரத்தத்தில் தோய்ந்துள்ளனவா?
மருத்துவமனைக்கு உன்னைக்
கொண்டு வந்தது எது
எம்பெரா வெரா?
உன் இரத்தத்தைக்
கொதிக்க வைக்கும் மலேரியாவா?
தனது விலைப்பட்டியலை
உனக்கு அனுப்பும் வறுமையா?
உன் மொழி எனக்குப் புரியவில்லை
என் வட்டார வழக்கை
நீ புரிந்துகொள்வதில்லை.

வலியால் துடிக்கிறாயா...
போரோ பிராபு, டானி பிராபு, பி பிராபு?[6]
எழுபத்தி மூன்றாண்டுக்காலம்
நீ புறக்கணிக்கப்பட்டது
உன்னை வருத்திக் கொண்டிருக்கிறதா?
நிலத்தை, உன் கருப்பையின் கனியைப்
பறித்துக் கொண்ட போர்,
மெர்குரியால் நஞ்சேறிய உனது ஆறுகள் -
இனிமேல் எதையும் தாங்கிக் கொள்ள முடியாது
என்று உணர்கிறாயா?.

இன்னும் நீ எதைப்
பிடித்துக் கொண்டிருக்கிறாய்
எம்பெரா வெரா?
துயரத்தை அழகுபடுத்திப் பார்க்கவும்
சவுக்கடி கொண்டும்
சூனியக்காரியை நெருப்பில் எரித்தும்
அன்பு செலுத்துமாறு
உனக்குக் கற்பித்து
உன் வேதனைகளை
"ஆசிர்வதிக்கும்"
கடவுளையா?

தயைகூர்ந்து என்னை சாகவிடாதே -
உன் கண்கள் சொல்கின்றன
உயிரோடு ஒட்டிக்கொண்டிருப்பது பாவமல்ல

    உடலில் செலுத்து திரவங்களை
    இரத்தத்தில் சர்க்கரை அளவை பரிசோதி
    ஈசிஜி எடுத்துப் பார்
    குளோரோக்வைன் மருத்தைக் கொடு
    நீதியையும்தான்
    மலேரியா நோய் கண்டுள்ளதைப் பதிவு செய்யும்

சிவிகிலா படிவத்தை⁶ பூர்த்தி செய்
அரசின் வன்முறையைப் பற்றிய அறிக்கையையும்
ஏன் அனுப்பக்கூடாது?
வரலாற்றின் அலட்சியத்தை
ஏன் கண்டனம் செய்யக்கூடாது?

¹ ஃபெடெரிகோ வியெகாஸ் (Federico Villegas https:// www.worldliteraturetoday.org/author/federico&villegas தென்னமெரிக்காவின் ஆண்டெஸ் மலைத்தொடரின் கொலம்பிய நாட்டுப் பகுதில் மருத்துவராகப் பணியாற்றும் சமூக ஆர்வலர். கொலம்பியாவிலுள்ள ஆதிக்க சக்திகளால் அந்த நாட்டின் தொல்குடி மக்கள் ஒடுக்கப்பட்டு வருவது குறித்த இந்தக் கவிதையில் மருத்துவரின் இரண்டு உரையாடல்கள் இருப்பதை வாசகர்கள் புரிந்து கொள்வர். ஒன்று, அவர் பழங்குடிப் பெண்ணிடம் பேசுவது; இன்னொன்று, மருத்துவ சிகிச்சை தொடர்பாக செவிலியருக்குச் சொல்வது.

² ஜார்ஜ் ஃப்ராங்க்லின் (George Franklin https:// www.worldliteraturetoday.org/translator/george&franklin (Ximena Gómez https://www.worldliteraturetoday.org/translator/ximena&gomez ஆகிய இருவரும் கவிஞர்கள், மொழி பெயர்ப்பாளர்கள். இக்கவிதையை ஸ்பானியத்திலிருந்து ஆங்கிலத்தில் மொழியாக்கம் செய்தவர்கள்.

³ எம்பெரா: கொலம்பியாவிலும் பனாமாவிலும் வாழும் தொல்குடி மக்கள் குழுவொனறைக் குறிக்கும் சொல். அது இக்கவிதையில் சொல்லப்படும் பெண்ணின் குலப் பெயர். 'வெரா' என்பது அவளுக்கு சூட்டப்பட்ட பெயர்.

[4] மோனா : வழிப்போக்கர்களைத் தாக்கும் பிசாசு.

[5] மேற்சொன்ன பூர்வகுடி மக்களின் மொழியில் போரோ பிராபு: தலைவலி; டானி பிராபு: வயிற்று வலி; பி பிராபு , கருப்பை வலி.

[6] சிவிகிலா படிவம்: கொலம்பிய தேசிய மருத்துவ அமைப்பிற்கு (Sistema de Vigilancia en Salud Pública [sivigila]) அனுப்பப்பட வேண்டிய படிவம்.

(அடிக்குறிப்புகள் 4,5,6,7 ஆகியவை ஸ்பானிய மூலத்திலிருந்து ஆங்கிலத்தில் மொழியாக்கம் செய்தவர்களால் தரப்பட்டவை.)

இக்கவிதையின் ஆங்கில மொழியாக்கம்: *Federico Villegas https://www.worldliteraturetoday.org/author/federico&villegas*, When the blood boils, From World Literature Today, Winter 2021,

https://www.worldliteraturetoday.org/2021/winter/when&blood&boils&federico&villegas

மிக இளமையில் எழுதிய என் கவிதைகளுக்காக

மரினா ஸெடேவா ✦

நான் ஒரு கவி என்பது எனக்கே தெரியாது
ஊற்றிலிருந்து பீறிட்டுச் சிதறும்,
ராக்கெட்டிலிருந்து வெடித்துத் தெறிக்கும்
குட்டிப் பிசாசுகளாய் என் கவிதை
மயக்கந்தரும் தூபப்புகை நிறைந்த
புகலிடத்தில் வந்து சேரும்
இளமை பற்றிய என் கவிதைகளுக்காக
மரணம் பற்றிய என் கவிதைகளுக்காக
படிக்கப்படாத என் கவிதைகளுக்காக
புத்தகக் கடைகளில்
தூசிபடிந்து கிடைக்கும் கவிதைகளுக்காக
(இங்கு யாருமே அவற்றை வாங்கவில்லை,
வாங்குவதும் இல்லை)
பல்லாண்டுக்காலம்
பாதுகாக்கப்பட்ட மதுரசம் போல்
என் கவிதைகளுக்கும்
ஒரு காலம் வரும்.

எஸ்.வி.ராஜதுரை

மரினா ஸெடேவா (Marina Tsvetaeva [1892-1941]): இருபதாம் நூற்றாண்டின் தலைசிறந்த ரஷியக் கவிஞர்களிலொருவராகப் போற்றப்படும் இக்கவிஞரின் வாழ்க்கை முழுவதும் அவலம் நிறைந்தது. ரஷியாவின் நவம்பர் புரட்சியின்போது மாஸ்கோவில் வாழ்ந்த அவர், 1921இல் எற்பட்ட பஞ்சத்தின்போது, தன் பெண் குழந்தையின் உயிரைக் காப்பாற்றுவதற்காக அரசு நடத்திவந்த அனாதைகள் விடுதியில் அதைச் சேர்த்தார். 1922இல் ரஷியாவைவிட்டு வெளியேறி வெளிநாடுகளில் வறுமையில் வாடினார். அவரது கணவர் எஃப்ரான் முதலில் ரஷியாவின் வெண்படைகள் மீது அனுதாபம் காட்டிவந்த போதிலும் நாளடைவில் சோவியத் அரசின் ஆதரவாளராக மாறி, பாரிஸில் த்ரோத்ஸ்கியின் மகனைக் கொல்வதில் சோவியத் உளவுத் துறையான என்.கே.வி.டி.க்கு உதவி செய்தார் என்பதால் அந்த இரகசியம் வெளியே தெரியாமல் இருப்பதற்காக அவரும் அவரது குடும்பத்தினரும் ரஷியவுக்குத் திரும்பிவந்தபோது ஸ்டாலின் அரசாங்கம் அவரையும் அவரது மகளையும் கைது செய்தது. 1941இல் எஃரான் சுட்டுக் கொல்லப்பட்டார். மரினாவின் மகன் ஜார்ஜி சோவியத் இராணுவத்தில் சேர்ந்து நாஜிகளுக்கு எதிரான போரில் ஈடுபட்டு 1944இல் போர்க்களத்தில் இறந்து போனார். மரினாவின் மகள் இரியாட்னா 16 ஆண்டுகள் சிறையில் அடைக்கப்பட்டார். ஸ்டாலின் இறந்த பிறகு எஃப்ரான், இரியாட்னா ஆகியோர் மீது சுமத்தப்பட்டிருந்த குற்றச்சாட்டுகள் இரத்து செய்யப்பட்டன. இதற்கிடையே அவர்களுடன் 1937இல் ரஷியாவுக்குத் திரும்பி வந்திருந்த மரினாவுக்கு எந்த வேலையும் கிடைக்கவில்லை, எவரும் உதவி செய்ய முன்வரவில்லை. வறுமையில் வாடிய மரியா 1939இல் தூக்குப் போட்டுத் தற்கொலை செய்து கொண்டார்.

இக்கவிதையின் ஆங்கில மூலம்: Marina Tsvetaeva Seventy&five Selected Poems *http://rolfgross.dreamhosters.com/*Tsvetaeva

பார்வையற்றவர்

விளாஸ்டிலாவ் கோடாஸெவிச்*

தடி கொண்டு

தன் பாதையை உணர்கிறார்,

பார்வையற்றவர்

சீரற்ற நடையில்,

கவனமாகப் பதிக்கிறார்

காலொன்றை

தனக்குள்ளேயே எதையோ முணுமுணுத்தவாறு.

அவரது கண்களின் வெண்மையில்

ஒரு பேரண்டத்தின்

பிரதிபலிப்பு:

ஒரு வீடு, ஒரு வயல்,

ஒரு வேலி, ஒரு பசு

நீலவானின் கீற்றுகள் -

அவரால் பார்க்க முடியாத

எல்லாமே.

✤ மேக்ஸிம் கார்க்கியால் பாராட்டப்பட்ட, ஆனால் கம்யூனிசக் கருத்துகளைக் கொண்டிராமல் இருந்த விளாஸ்டிலாவ் கோடாஸெவிச் (Vladislav Khodasevich [1886-1939]), இன்றைய ரஷியக் கவிதை உலகில் பெரும் தாக்கத்தை ஏற்படுத்திவரும் கவிதைகளையும் இலக்கியத் திறனாய்வுக் கட்டுரைகளையும் எழுதியவர்.

இக்கவிதையின் ஆங்கில மொழியாக்கம்: Vladislav Khodasevich, Blind Man (Translated from Russian by Peter Daniels) <Peter%20Daniels)>, From Stovset, *http://www.stosvet.net/12/daniels/index2.html*

மனிதன் தன் வாழ்க்கையில்

யெஹுடா அமிசாய் ✸

எல்லாவற்றுக்கும் நேரம் ஒதுக்க மனிதனுக்குத்
தன் வாழ்க்கையில் நேரமில்லை
ஒவ்வொரு நோக்கத்துக்கும்
ஒரு பருவகாலத்தைச் செலவிடப்
போதுமான பருவகாலங்கள்
அவனிடமில்லை
இதைப் பொருத்தவரை
பழைய ஏற்பாட்டுச் சுவடியின் கருத்து
தவறானது. ✸✸
ஒரே நேரத்தில் மனிதன்
நேசிக்கவும் வெறுக்கவும்
அதே கண்களைக் கொண்டு
சிரிக்கவும் அழவும்
அதே கைகளைக் கொண்டு
கற்களை எறியவும்
அவற்றைச் சேகரிக்கவும்

போரின் போது காதலிக்கவும்
காதலின் போது போர் புரியவும்
வெறுக்கவும் மன்னிக்கவும்
நினைவில் கொள்ளவும் மறக்கவும்
ஒழுங்குபடுத்தவும் குழப்பவும்
உண்ணவும் செரிக்கவும் வேண்டியுள்ளது
(வரலாறு இதற்குப் பல்லாண்டுகளை
எடுத்துக் கொள்கிறது.)
மனிதனுக்கு நேரம் இல்லை
அவன் இழக்கும்போது தேடுகிறான்
கண்டறியும்போது மறக்கிறான்
மறக்கும் போது நேசிக்கிறான்
நேசிக்கும்போது
மறக்கத் தொடங்குகிறான்
அவனது ஆன்மா
பக்குவம் செய்யப்பட்டுள்ளது
அவனது ஆன்மா
மிகவும் திறமையானது
அவனது உடல் மட்டுமே
எப்போதும் குறைபாடுடையது
அது முயல்கிறது, தவறவிடுகிறது,
குழம்பிப் போகின்றது,
எதையும் அது தெரிந்து கொள்வதில்லை

தன் இன்ப துன்பங்களில் மதிமயங்குகிறது.
இலையுதிர் காலத்தில் அத்தி மரங்கள்
இறப்பதைப் போல
அவனும் இறப்பான்,
வாடிவதங்கித் தன்னைப் பற்றி மட்டுமே
நினைத்துக் கொண்டு இனிதாக
இலைகள் மண்ணில் சருகாகிப் போக
மொட்டைக் கிளைகளோ
ஒவ்வொன்றுக்கும்
நேரம் கிடைக்கும் இடத்தைச்
சுட்டிக் காட்டும்.

* இஸ்ரேலியக் கவிஞர் யெஹுடா அமிசாய் (Yehuda Amichai), இலக்கியத்துக்கான நோபல் பரிசுக்குப் பலமுறை பரிந்துரைக்கப் பட்டவர். பேச்சுவழக்கிலுள்ள ஹீப்ரு மொழியைக் கவிதையில் முதன்முதலில் பயன்படுத்தியவர்.

** 'பழைய ஏற்பாட்டுச் சுவடியின் கருத்து' என்று இஸ்ரேலியக் கவிஞர் யெஹுடா அமிசாய் கூறுவது, விவிலியத்தின் பழைய ஏற்பாட்டில் (Old Testament) உள்ள 'பிரசங்கி' (Ecclesiastes) என்னும் பகுதியில் மூன்றாம் அதிகாரத்தில் உள்ள வரிகளில் உள்ளதாகும். அந்த வரிகள் பின்வருமாறு:

1. ஒவ்வொன்றுக்கும் ஒவ்வொரு காலமுண்டு; வானத்தின் கீழிருக்கிற ஒவ்வொரு காலத்துக்கும் ஒவ்வொரு சமயமுண்டு.

2. பிறக்க ஒரு காலமுண்டு; இறக்க ஒரு காலமுண்டு;

3. கொல்ல ஒரு காலமுண்டு, குணமாக்க ஒரு காலமுண்டு;

இடிக்க இரு காலமுண்டு, கட்ட ஒரு காலமுண்டு;

4. அழ ஒரு காலமுண்டு, நகைக்க ஒரு காலமுண்டு;

புலம்ப ஒரு காலமுண்டு, நடனம் பண்ண ஒரு காலமுண்டு;

5. கற்களை எறிந்துவிட ஒரு காலமுண்டு, கற்களைச் சேகரிக்க ஒரு காலமுண்டு;

தழுவ ஒரு காலமுண்டு, தழுவாமலிருக்க ஒரு காலமுண்டு;

6. தேட ஒரு காலமுண்டு, இழக்க ஒரு காலமுண்டு;

காப்பாற்ற ஒரு காலமுண்டு, எறிந்துவிட ஒரு காலமுண்டு;

7. கிழிக்க ஒரு காலமுண்டு, தைக்க ஒரு காலமுண்டு;

மவுனமாயிருக்க ஒரு காலமுண்டு, பேச ஒரு காலமுண்டு;

8. சிநேகிக்க ஒரு காலமுண்டு, பகைக்க ஒரு காலமுண்டு;

யுத்தம் பண்ண ஒரு காலமுண்டு; சமாதானம் பண்ண ஒரு காலமுண்டு;

9. வருத்தப்பட்டு பிரயாசப்படுகிறவனுக்கு அதனால் பலன் என்ன?

'பிரசங்கி' வரிகள் புரொடெஸ்டென்ட் கிறிஸ்தவர்கள் பெரும்பாலானோரால் பயன்படுத்தும் விலியத்திலுள்ளவை. கத்தோலிக்கர்கள் விவிலியத்தின் வேறொரு தமிழாக்கத்தைப் பயன்படுத்துகின்றனர். அந்தத் தமிழாக்கத்தில் பிறமொழிச் சொற்கள் ஒப்பீட்டளவில் குறைவாக உள்ளன.

இக்கவிதையின் ஆங்கில மொழியாக்கம்: : Yehuda Amichai, A Man in His Life (Translated from Hebrew by Chana Bloch), From The Anthology of International Poetry, Edited by Ilya Kaminsky and Susan Harris of Words Without Borders, Harper Collins, 2010.

என் சமாதியில் நிற்கவும் அழவும் வேண்டாம்

மேரி எலிஸபெத் ஃப்ரைய் ✸

என் சமாதியில் நிற்கவும் அழவும் வேண்டாம்

நான் அங்கு இல்லை,

தூங்குவதும் இல்லை

நான் இருப்பது

வீசுகின்ற ஆயிரம் காற்றுகளில்.

நான்

மிருதுவாக விழுகின்ற பனி

மென்மையான மழைப் பொழிவு

முதிர்ந்துகொண்டிருக்கும் தானியங்களின் வயல்

காலை நேர நிசப்தம்

வட்டமிட்டுப் பறக்கும் அழகிய பறவைகள்

இரவு நேரத்தின் நட்சத்திர ஒளி

பூத்துக்குலுங்கும் மலர்கள்.

நான் இருப்பது

நிசப்தமான அறையில்

பாடுகின்ற பறவைகளில்

இனியவை ஒவ்வொன்றிலும்.

என் சமாதியில் நிற்கவோ அழவோ வேண்டாம்

நான் அங்கு இல்லை

நான் இறப்பதில்லை.

✤ அமெரிக்கக் கவிஞர் மேரி எலிஸபத் ஃப்ரையின் (Mary Elizabeth Frye &1905-2004) இக் கவிதை, தன் தாயை இழந்துவிட்டவரும் நாஜிகள் ஆட்சி செய்யும் ஜெர்மனிக்குத் திரும்பிச் செல்லவேண்டாம் என்று அறிவுறுத்தப்பட்டவருமான ஓர் இளம் யூதப் பெண்ணுக்காக 1932இல் எழுதப்பட்டது. உலகம் முழுவதிலும் ஆயிரக்கணக் கானோரால் இக்கவிதை படிக்கப்பட்டு வருவதற்குக் காரணம் அவர்கள் தங்கள் துக்கங்களை இக்கவிதையின் மூலம் வெளிப்படுத்த முடிவதுதான்.

இக்கவிதையின் ஆங்கில மூலம்: Mary Elizabeth Frye, Do Not Stand at My Grave and Weep, All Poetry, *https://allpoetry.com/ Do&Not&Stand&At&My&Grave&And&Weep*

இறப்பு
ரூமி

நான் இறக்கும் போது
என் சவப்பேட்டி
எடுத்துச் செல்லப்படும் போது
நான் வெளியேறுகிறேன் என்று
ஒரு போதும் நீ நினைக்கக்கூடாது.
கண்ணீர் சிந்தாதே
புலம்பாதே
வருந்தாதே
நான் ஓர் அரக்கனின்
பள்ளத்தாக்குகிற்குள் விழுவதில்லை

எனது உடல் எடுத்துச் செல்லப்படும் பொழுது
என் பிரிவை நினைத்து அழாதே
நான் உலகை விட்டுச் செல்வதில்லை
நித்தியமான அன்பிடம்
வந்து சேர்ந்து கொண்டிருக்கிறேன்.

எஸ்.வி.ராஜதுரை

என்னை நீ சமாதியில்
வைத்துவிட்டுச் செல்லும்போது
எனக்குக் கடைசி விடை
கொடுத்தனுப்பாதே
சமாதி என்பது
அதற்குப் பின்னால் இருக்கும்
சொர்க்கத்திற்கு
முன்னால் இருக்கும் திரையே தவிர
வேறொன்றுமல்ல
என்பதை நினைவுகொள்

நான் சமாதிக்குள்
இறங்கிக் கொண்டிருப்பதை மட்டுமே
பார்க்கிறாய்
நான் எழுவதை
இப்போது பார்.
சூரியன் மறையும்போதோ
நிலா கீழே
இறங்கும் போதோ
முடிவு என்பது எவ்வாறு இருக்க முடியும்
அது முடிவைப் போலத் தோன்றுகிறது
சூரியன் மறைவதைப் போலத் தோன்றுகிறது
ஆனால் மெய்மையில்
அது ஒரு விடியல்தான்

சமாதி உன்னைப் பூட்டி வைக்கும்போது
உன் ஆன்மா விடுதலை பெறுகிறது
மண்ணில் விழுகின்ற ஒரு விதை
புதிய வாழ்வுடன் எழுவதை
எப்போதாவது நீ பார்த்திருக்கிறாயா?

மனிதன் என்ற விதை எழுவதை
ஏன் சந்தேகிக்கிறாய்

கிணற்றுக்குள் இறக்கப்பட்ட வாளி
காலியாகத் திரும்பி வருவதை
எப்போதாவது பார்த்திருக்கிறாயா
கிணற்றிலிருந்து யூசுப் ✡
மேலே வந்ததைப் போலஆன்மாவால்
திரும்பி வர முடியும் என்கையில்
ஏன் புலம்புகிறாய்

கடைசி முறையாக
உன் வாயை மூடும்போது
உன் சொற்களும் ஆன்மாவும்
இடமோ நேரமோ இல்லாத
ஓர் உலகிற்குச்
சொந்தமாகிவிடும்.

✱ யூத, கிறிஸ்தவ விவிலிய நூல்களிலும் குரானிலும் சொல்லப்படும் நிகழ்வு. நபிகளில் (தீர்க்கதரிசிகளில்) ஒருவர் என்று குரான் சொல்லும் யூசுப் (ஜோசப்), யாகூப்பிற்கு (ஜேகப்பிற்கு) பிறந்த பன்னிரண்டு மகன்களில் ஒருவர். தந்தைக்கு யூசுப்தான் மிகவும் பிரியமானவர். அதன் காரணமாக அவர் மீது பொறாமை கொண்ட மற்ற சகோதரர்கள் அவரைக் கிணற்றில் தள்ளிவிட்டு, இரத்தக் கறை படிந்த துணியைத் தந்தையிடம் காட்டி யூசுப்பை ஓநாய் கடித்துக் கொன்றுவிட்டதாகக் கூறுகின்றனர். ஆனால் ஒட்டகப் பயணிகள் சிலரால் கிணற்றிலிருந்து எடுக்கப்பட்டுப் பின்னர் எகிப்தில் அடிமையாக விற்கப்பட்டு வேறு பெயர் கொடுக்கப்பட்ட யூசுப், அரண்மனையில் மிக உயர்ந்த இடத்தைப் பெறுகிறார். பின்னாளில் தன் உண்மையான அடையாளத்தை அவரது சகோதரர்களுக்கு வெளிப்படுத்துகிறார்.

இக்கவிதையின் ஆங்கில மூலம்: Rumi, From "The Soul of Rumi: A New Collection of Ecstatic Poems *https://www.goodreads.com/work/quotes/161074>', goodreads, https://www.goodreads.com/quotes/7044321 & on & the & day & i&die & on & the & day & i & die*